# Cái Giá Của Tự Do

*Cuộc vượt biên gian nan và nguy hiểm bằng đường bộ*

*Tác giả: Đặng Thành Hiển*

*Điều chỉnh: Nhà văn Phạm Quốc Bảo*

# Cống Hiến

Cuốn sách này tôi mong được dâng lên cha mẹ quá cố kính yêu của tôi. Nếu không có sự giúp đỡ tích cực của cha mẹ, chưa chắc gì tôi có được cuộc sống như ngày hôm nay. Với bao nhiêu hy sinh trải dài trong cuộc sống - bất kể tốn kém đến đâu... và nhất là vì tương lai con cháu mà cha mẹ tôi đã quyết định cho anh em tôi vượt biên.

Cuốn sách này cũng dành tặng cho hai người con mến yêu của tôi: Chúng là nguồn động lực lớn nhất thúc đẩy tôi viết lên cuốn sách này. Tôi mong muốn cho con tôi thấu hiểu cuộc vượt biên đầy gian nan - hiểm nguy trên con đường tìm đến sự sống còn nơi xã hội tự do - dân chủ đáng giá đến mức nào.

# Cảm Tạ

Tôi muốn bầy tỏ sự chân thành cám ơn em tôi người đã trợ giúp tôi nguyên đoạn đường vượt biên. Nếu không có sự trợ lực ấy, tôi không thể nào hưởng được bầu trời tự do như bây giờ.

Tôi muốn cám ơn vợ tôi đã luôn nỗ lực hỗ trợ cho tôi viết lên cuốn sách nầy: Vợ tôi đã đọc và góp ý từ lúc những câu đoạn bắt đầu cho đến khi hoàn tất. Vợ tôi còn tự tay thiết kế trang bìa và trang cuối của cuốn sách này.

Tôi cũng nhân đây cám ơn nhà văn Phạm Quốc Bảo đã giúp tôi chỉnh sửa cuốn sách thêm hoàn hảo.

# Tiểu Sử Tác Giả

Đặng Thành Hiển sinh ra ở tỉnh Tây Ninh, miền nam Việt Nam và đến Hoa Kỳ năm 1981 theo diện tị nạn. Tác giả tốt nghiệp cử nhân khoa học ngành kỹ sư điện ở trường đại học North Carolina và đã làm việc cho các hãng quốc phòng của Hoa Kỳ ở miền nam California hơn ba thập niên. Hiện nay tác giả đã về hưu và sống ở miền nam California với vợ và hai con.

# Lời Ngỏ

***Chuyện kể do chính tác giả viết lại, cuộc bỏ nước ra đi bằng đường bộ và tái định cư ở quốc gia thứ ba với tư cách pháp nhân là tị nạn chính trị.***

Năm nay, 2025, đánh dấu 50 năm ngày miền Nam Việt Nam bị cưỡng chiếm và riêng đối với cá nhân tôi, 45 năm ngày tôi phải rời xa quê hương.

Nửa thế kỷ trôi qua mà tưởng chừng như mới ngày hôm qua. Thời gian trôi đi sao mà nhanh thế! 5 năm sống dưới chế độ hà khắc của Chủ Nghĩa Cộng Sản hồi tưởng lại mỗi lúc cá nhân tôi mỗi tự tái khẳng định rằng đây là một bài học không những để đời mà còn là một thực trạng không thể bỏ qua được trong lịch sử cận đại của dân tộc: Hàng triệu người Việt đã phải bỏ nước ra đi, không biết bao nhiêu người đã bỏ mạng trên biển cả hoặc trong rừng sâu. Câu nói phổ biến từ hồi ấy của dân Miền Nam Việt Nam mà tôi không bao giờ quên được mặc dù đã 45 năm trôi qua "nếu cột đèn mà biết đi thì sớm muộn gì nó cũng vượt biên!"

Như hàng triệu người khác, tôi cũng đã là người vượt biên để tìm tự do. Mỗi người bỏ nước ra đi đều thực nghiệm trải qua diễn tiến cuộc vượt thoát của riêng mình cả. Tôi cũng vậy. Câu chuyện tôi kể lại đây, hôm nay, chỉ là tóm lược những gì đã trực tiếp xảy ra cho chính thân phận mình trên con đường vượt biên đầy gian nan và nguy hiểm mà tôi sau 45 năm còn nhớ lại được. Hy vọng những dòng chữ tâm sự này ít nhất là có thể giúp người đọc hiểu phần nào được hoàn cảnh nghiệt ngã giữa giai đoạn đau thương của lớp người Việt trong phong trào phải bỏ nước ra đi vào những năm cuối thập niên 1979 - đầu 1980, những năm mà nhiều người vượt biên nhất trong lịch sử cận đại Việt Nam sau 1975.

# Mục Lục

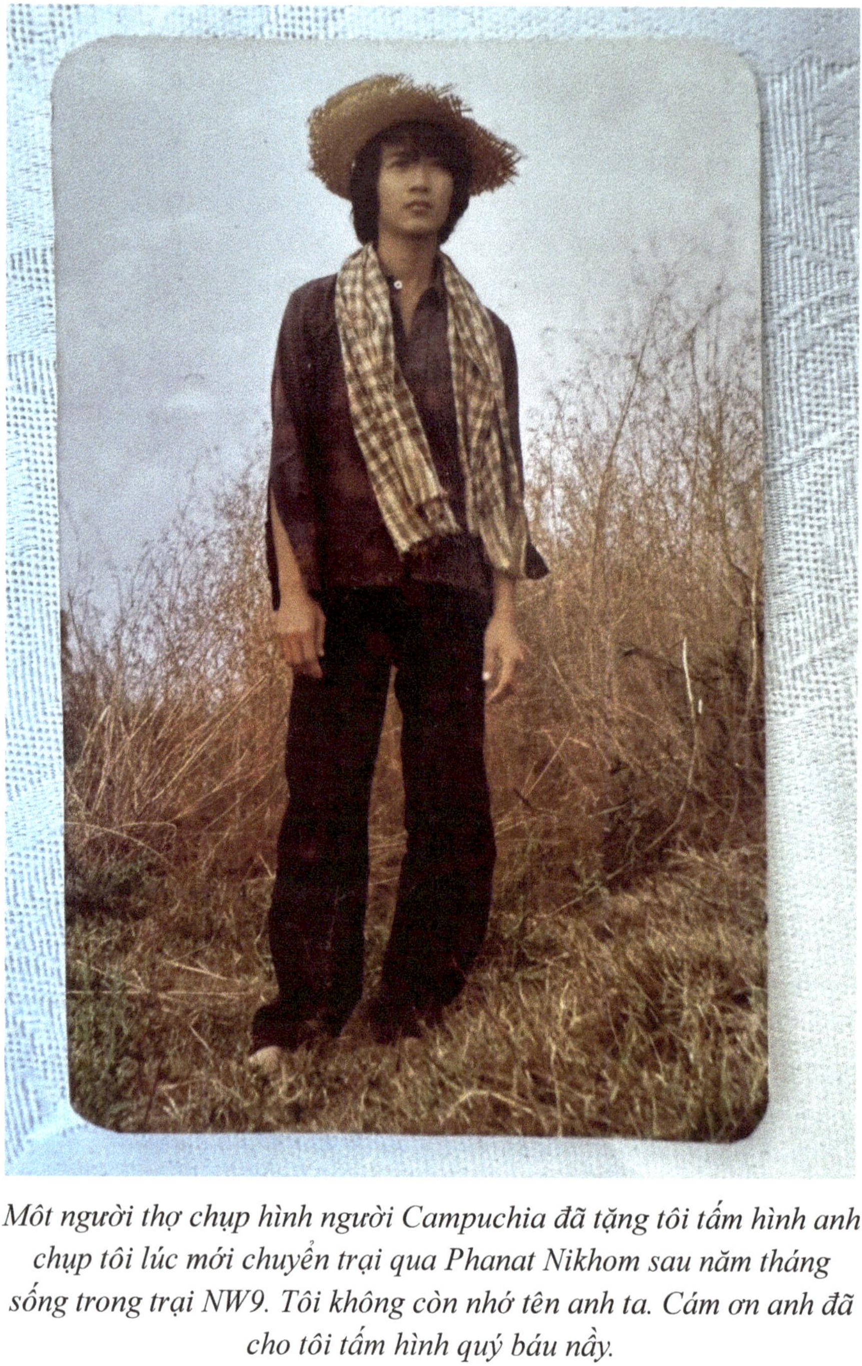

*Môt người thợ chụp hình người Campuchia đã tặng tôi tấm hình anh chụp tôi lúc mới chuyển trại qua Phanat Nikhom sau năm tháng sống trong trại NW9. Tôi không còn nhớ tên anh ta. Cám ơn anh đã cho tôi tấm hình quý báu nầy.*

# CHƯƠNG 1

## Cơ hội vượt biên và những ngày cuối cùng ở Sài Gòn

Tôi được sinh ra trong một gia đình trung lưu với mười người con, gồm hai người chị cả và tám anh em trai. Ba má tôi làm nghề buôn bán, kiếm đủ tiền nuôi chúng tôi ăn học. Chúng tôi lớn lên trong giữa thời chiến tranh hai miền Nam - Bắc Việt Nam. Ba má tôi thường xuyên thở dài lo âu là không biết sau này mấy đứa con trai lớn lên sẽ ra sao khi chiến tranh hai miền càng ngày càng khốc liệt thêm.

Biến cố 30 tháng tư năm 1975 đã thay đổi cả cuộc sống của gia đình chúng tôi: Miền Nam thất trận, năm ấy tôi chỉ là một cậu thiếu niên vừa mới lớn. Tôi đã từng được chứng kiến các anh lính của chế độ Việt Nam Cộng Hoà (VNCH) cởi bỏ quân phục vứt lại la liệt trên phố xá Sài Gòn.. Rồi thỉnh thoảng có vài chiếc quân xa chở bộ đội chính quy Bắc Việt chạy tung bụi mù trên những nẻo đường vào thành phố. Lúc ấy ánh mắt của ba má tôi bấn loạn, thể hiện nửa vui nửa buồn: Vui vì đất nước đã "hoà bình thống nhất" Nam - Bắc làm một - Các con sẽ có cơ hội khỏi phải đi lính. Buồn vì không biết tương lai cuộc sống của gia đình rồi sẽ ra sao dưới chế độ mới này...

Thế rồi những gì phải đến đã đến: Ba má tôi không còn làm ăn buôn bán được như xưa. Sinh hoạt gia đình mỗi lúc một thâm thủng vào tiền đã giành giụm được bấy lâu nay. Mỗi tuần chúng tôi phải xếp hàng dài dằng dặc chờ mua thực phẩm ở cửa hàng hợp tác xã. Thỉnh thoảng trong tuần những người lớn trong gia đình đều bị kêu đi tham gia chương trình lao động nghĩa vụ...Cuộc sống của dân trong cả nước nói chung và dân cư ngụ ở Sài Gòn nói riêng càng ngày càng đi xuống. Thậm chí trong bữa ăn hằng ngày đã có nhiều gia đình bắt đầu ăn độn cơm với khoai, bo bo v.v…

Cuối năm 1978, Việt Nam tấn công sang Campuchia với mục đích lật đổ chế độ Khmer đỏ. Rất nhiều thanh niên ở ngay Sài Gòn từ 18 tuổi trở lên đều bị bắt buộc sung vào bộ đội sang Campuchia. May mắn thay lúc ấy tôi chưa đầy 18 tuổi.

Rồi tới năm 1979 Việt Nam phải chịu đựng hai cuộc chiến. Một là với quân Pol Pot bên Campuchia, giáp ranh phía tây nam Việt Nam; và hai là với quân Trung Quốc ở biên giới Việt - Trung. Hoàn cảnh xã hội rất là bi đát cho Việt Nam: Tình hình kinh tế kiệt quệ, ngăn sông cấm chợ...Và nhất là quá nhiều lính bộ đội Việt Nam đã chết trong thời gian đó.

Không bao lâu nữa tôi đúng tuổi bị bắt đi bộ đội. Ba má tôi đang phải thường xuyên lo lắng đủ mọi thứ trong cuộc sống hằng ngày, bấy giờ còn lại phải bó buộc nghĩ tới việc cho tôi vượt biên: Đầu năm 1979, có một bà bạn rất thân với ba má tôi cho biết là đang chuẩn bị sắp vượt biên bằng đường biển. Bà ấy nói nếu muốn thì đến nhà bà để trực tiếp gặp người tổ chức và đóng vàng trước khi đi.

Theo lời hẹn, tôi chở má tôi bằng xe Honda đến gặp người tổ chức để giao vàng đặt cọc. Khi tôi và má tôi đến nơi, bà bạn ôm má tôi nói là rất tiếc - người tổ chức đợi lâu không được nên đã bỏ đi cách đó nửa tiếng đồng hồ. Chính tôi buồn và hối tiếc vì đã mất cơ hội vượt biên.

Khi tôi và má tôi chuẩn bị ra về. Bà bạn ôm má tôi lần cuối. Cả hai đều khóc nức nở vì biết rằng sẽ không bao giờ gặp lại người đã từng thân thiết buôn bán với nhau mấy chục năm qua. Các con của bà cũng vẫn thường chơi đùa với tôi khi chúng tôi còn nhỏ. Má tôi ngỏ lời chúc mong sao mọi việc bình yên với gia đình bà. Thế rồi vài ngày sau đó chuyến ghe của bà ấy lên đường.

Rồi vài tháng trôi qua mà sao không thấy tin tức gì về chuyến vượt biên này, ba má tôi lo lắng cho gia đình bà bạn. Má tôi dò ra tin tức thì mới biết được rằng chuyến ghe đó đã bị hải quân Pol Pot bắn chìm ngoài khơi bên hải phận Campuchia. Cả gia đình bạn của má tôi có lẽ đã chết hết. Nhà của họ bị tịch thu. Tôi bàng hoàng khi nghe tin này…

nhưng lại tự nhủ: Chỉ nhờ má con tôi đến trễ nửa tiếng đồng hồ mà mạng sống của tôi còn được tự cứu. Bị ám ảnh của chuyến đi thất bại của gia đình bạn ba má tôi mà từ đó tôi không quan tâm tới chuyện vượt biên nữa.

Để khỏi bị bắt đi bộ đội, tôi bó buộc tìm mọi cách thi đậu vào đại học năm 1980. Số lượng học sinh đậu vào đại học lúc đó chỉ khoảng 10% mà phân nửa là con ông cháu cha của chế độ mới. Mặc dù kinh tế vẫn tiếp tục triền miên khó khăn nhưng ba má tôi cũng cố gắng lo cho tôi chu đáo việc luyện thi vào đại học. Rõ rệt năm đó là năm quyết định của cuộc đời tôi.

Tôi quen cô bạn gái học chung lớp luyện thi đại hoc. Hai đứa quen nhau và hiểu ý nhau nhưng vì áp lực hiện đè nặng tâm tư là phải đậu vào đại học nên tôi không dám để tâm nhiều vào vấn đề tình cảm: Nếu thi rớt rồi phải bị đi bộ đội, rõ rệt là chỉ cơ khổ cho cả hai mà thôi.

Vào đầu tháng Năm năm 1980, lúc tôi chuyên chú hết sức vào việc học vì ngày thi gần kề. Bỗng có người bà con bạn dì của tôi qua nhà bầy tỏ là muốn nói một chuyện quan trọng với ba má tôi. Sau vài tiếng đồng hồ thầm thì, ba má gọi tôi đến bảo rằng ba má lại có ý định cho tôi vượt biên!

Bắt đầu từ năm 1977, tôi đã từng nghe nhiều câu chuyện vượt biên. Hai chữ "Vượt Biên" không còn gì xa lạ với tôi: Cuộc sống của người dân Sài Gòn ngày càng khó khăn. Ai ai cũng muốn rời bỏ chế độ hà khắc của chủ nghĩa Cộng Sản do chính quyền miền Bắc áp đặt lên miền Nam Việt Nam. Mọi người ngoài miệng đã thường chế riễu nói rằng "*nếu cột đèn mà biết đi thì sớm muộn gì nó cũng vượt biên*!" Chính bản thân cá nhân tôi cũng đã nhiều lần nghĩ tới vấn đề vượt biên nhưng rồi cũng phải tự dẹp bỏ ý định vì nó rất nguy hiểm và tốn kém. Hơn nữa, câu chuyện dự trù vượt biên thất bại hồi năm ngoái vẫn còn ám ảnh tôi. Và nhất là vào lúc ấy, giá trung bình cho một người vượt biên từ Sài Gòn là khoảng năm lượng vàng. Nó là một con số quá lớn đối với tôi.

Lý do lần này ba má tôi lại mạnh dạn muốn tôi vượt biên vì người tổ chức chính là bà con bạn dì của tôi. Cô ấy đã tổ chức vượt biên và đã thành công vài lần rồi. Bây giờ cô ấy muốn cho hai đứa em ruột của mình vượt biên, và do chính cô trực tiếp tổ chức. Vì muốn có thêm lợi nhuận và nhất là mong có anh em bà con đi chung, có gì còn tích cực giúp đỡ lẫn nhau nên cô bà con bạn dì này đến thuyết phục ba má tôi.

Bên cạnh sự tin tưởng vào người trong họ hàng thân thuộc đứng ra tổ chức và đặc biệt nhất là tuổi tôi sắp bị bắt buộc đi bộ đội, ba má tôi mới mạnh dạn quyết định cho tôi vượt biên. Mặc dù tháng ba 1979 chiến tranh với Campuchia và Trung Quốc đã chấm dứt nhưng tin tức và hình ảnh hy sinh ngoài chiến trường của những bộ đội bằng tuổi con mình quá nhiều và vẫn còn ám ảnh ba má tôi, cho nên ba má tôi thấy rõ tình cảnh không chờ đợi được nữa nên bó buộc phải cam lòng cho tôi vượt biên.

Tôi có người anh lớn hơn tôi hai tuổi đang trong lứa tuổi đi nghĩa vụ quân sự nhưng may mắn được miễn đi bộ đội vì anh đã đậu vào đại học kiến trúc. Người mà ba má tôi lo lắng nhất lúc này là tôi. Ba má tôi nói với người bà con bạn dì của tôi là để gia đinh suy nghĩ vài ngày rồi cho biết quyết định sau cùng, bởi muốn trực tiếp có ý kiến của tôi.

Mấy ngày liền thất thần, tôi không ăn uống gì được. Gương mặt xanh xao của tôi sau nhiều tháng cố gắng học luyện thi đại học bây giờ lại càng xanh xao hơn. Thấy tôi thật sự không được khoẻ, ba má tôi cũng chần chừ trong lo âu nhưng đây là cơ hội tốt để vượt biên vì chắc chắn không sợ bị lừa; hơn nữa, chính họ đã tổ chức vài lần ra đi thành công rồi.. Kết cuộc, ba má tôi rất muốn tôi tham gia.

Người em kế tôi, nó nhỏ hơn tôi hai tuổi nhưng to con và khoẻ mạnh hơn tôi nhiều. Dò biết được câu chuyện vượt biên này, nó có nói riêng với tôi nếu đi thì cho nó theo cùng. Thấy nó cũng có ý định mạo hiểm theo, tôi tự cảm thấy có thêm động lực tin tưởng. Thế rồi hai anh em đồng lòng cùng ra đi.

Sau khi biết được là người em kế tôi cũng muốn đi, ba má tôi xem ra càng lấn bấn... Nhưng thực tế nhìn vào hình dạng ốm yếu thư sinh trói gà không chặt của tôi, ba má tôi cuối cùng phải đồng ý để có gì anh em còn đỡ đần lẫn nhau. Sau vài ngày đắn đo suy đi tính lại, ba má tôi quyết định cho cả hai anh em chúng tôi cùng đi một lượt. Người bà con bạn dì cho biết là cuộc vượt biên dự trù sẽ thực hiện trong vòng vài tuần nữa. Như thế là tất cả những gì đã dự tính cho tương lai vào đại học của tôi bây giờ hoàn toàn đổi khác.

Thông thường hầu hết các vụ vượt biên hồi đó đều bằng đường biển. Nhưng chuyến vượt biên của hai anh em tôi thì lại bằng đường bộ. Vẫn còn bị ám ảnh từ vụ vượt biên đường biển thất bại năm ngoái, tôi nghĩ đường bộ chắc an toàn hơn đường biển. Anh em tôi sẽ giả làm lơ xe cam nhông chở gạo tiếp tế cho bộ đội Việt Nam lúc ấy đang trấn giữ lãnh thổ Campuchia: Bởi đúng lúc này thì sau vài tuần giao tranh với bộ đội Việt Nam phối hợp cùng với quân giải phóng Heng Samrin, quân Khmer đỏ đã thất trận, rút tàn quân vào rừng dọc biên giới giữa Campuchia và Thái Lan. Xe cam nhông chở gạo của Việt Nam sẽ xuất phát từ thành phố Sài Gòn, chạy tuyến đường qua Gò Dầu thuộc tỉnh Tây Ninh rồi đến Nam Vang (Phnom Penh). Điểm dừng chân cuối cùng là quận Sisophon gần biên giới Thái Lan.

Hai anh em tôi chỉ có vài tuần chuẩn bị. Tôi phải học thêm những câu nói thông thường bằng tiếng Anh, tiếng Pháp và tiếng Campuchia. Mặc dù sẵn sàng để sắp vượt biên trong vòng vài tuần nhưng tôi vẫn cố gắng đi học đều cho đến ngày cuối cùng vì đặt trường hợp nếu đi không thoát mà trở về được thì tôi có thể vẫn nghiễm nhiên trở lại lớp học bình thường. Những ngày đi học cuối, tâm trạng tôi quả có lo ra, không sao tập trung được.

Những năm sau ngày miền Nam bị cưỡng chiếm, Sài Gòn nghèo lắm. Trên đường phần đông dân cuốc bộ; còn có được chiếc xe đạp đi học là khá lắm rồi. Mỗi lần đạp xe băng qua cầu chữ Y giống như một cực hình vì cầu quá dốc và dài. Hai bên bờ kinh Tàu Hủ và kinh Đôi chảy qua dưới cầu chữ Y một dòng lững lờ nước đen như mực. Rác luôn dồn lại quá nhiều nổi lềnh bềnh trên mặt kinh làm cho cảnh khổ càng thấy thêm thê thảm. Nôn nao chờ đợi ngày lên đường, tôi sẵn sàng ra đi với hy vọng sẽ tìm được một tương lai tốt hơn...Không biết những gia đình đang sống trong các mái tranh hay tôn thiếc - những ngôi nhà sàn lụp sụp xiêu vẹo dọc theo bờ kinh kia trông gần như muốn sụp bất cứ lúc nào, họ đang và sẽ xoay trở ra sao một khi cuộc sống người dân mới bị chiếm càng ngày một khó khăn giữa một xã hội ngày một đen tối...

Nhưng rồi cuối cùng, sau này nghiệm lại, tôi dù có sinh sống ở nơi đâu đi nữa thì hình ảnh của dòng kinh và cây cầu kỷ niệm mỗi ngày tôi đi học suốt mấy năm tiếp nối 30 tháng Tư ấy đã ăn sâu vào ký ức và sẽ không bao giờ phai nhạt trong lòng tôi...

Rồi mặc dù quá nhiều việc cần phải hoàn tất trong một thời gian ngắn trước khi rời quê hương, nhưng tôi không thể không nói lời chia tay với hai người: Cô bạn gái đang học cùng lớp và người bạn đã thân nhau từ hồi cùng học lớp chín.

Hai ngày trước khi vượt biên, tôi có hẹn người bạn thân nhất đi uống cà phê rồi ngỏ lời chia tay. Bạn tôi, Dũng, thực sự cũng muốn vượt biên nhưng không thể ngay lúc ấy được vì cha mới mất, còn mẹ thì sức khoẻ không tốt cho việc lặn lội vượt thoát. Dũng tâm sự, cha mất sớm trong đau buồn tuyệt vọng giữa hoàn cảnh gia đình bị đánh tư sản - mất gần hết tài sản mà bao nhiêu năm trời họ chắt chiu dành dụm...Và tôi đã không tiết lộ chi tiết chuyện vượt biên bằng đường bộ nên Dũng cứ tưởng tôi sẽ vượt biên bằng đường biển... Tháng năm là tháng mưa đầu mùa hằng năm. Đêm ấy tình cờ có con mưa quá lớn. Dũng tỏ vẻ lo âu - không biết có bão tố hay không mà sao mưa quá lớn vậy. Tôi đoán được nỗi bâng khuâng hiện trên nét mặt của Dũng. Chia tay, Dũng thành thật bầy tỏ là chỉ biết cầu nguyện và chúc tôi lên đường thành công.

Ngày trước vượt biên, tôi lại cũng hẹn cô bạn gái gặp nhau ngoài công viên. Mái tóc dài thư sinh của tôi bấy giờ không còn nữa, đã cắt ngắn giống như thiếu niên để dễ dàng dấu tuổi nếu như bị bắt. Khi gặp tôi với mái tóc lạ và gương mặt buồn bã, Ngọc có vẻ ngạc nhiên và hỏi hôm nay tôi có gì biến động mà sao lạ quá. Chẳng đừng được, tôi tâm sự rằng ngày mai tôi vượt biên và có thể sẽ không bao giờ hai chúng tôi còn gặp nhau được nữa. Nghe thổ lộ, Ngọc ớ người ra mà không nói lời nào, cứ trân trân nhìn tôi bằng đôi mắt buồn. Còn cá nhân tôi thì cách đó mấy hôm, nghe lén trên đài BBC và nhẩm thuộc bản nhạc "Sài Gòn ơi! Vĩnh Biệt", tôi cất tiếng nho nhỏ hát *"Sài Gòn ơi, tôi đã mất người trong cuộc đời...hay đã khóc thương cho người yêu ..."*

Ngọc đã không cầm được nước mắt, mà nước mắt tôi cũng tuôn rơi như muốn hòa vào những giọt nước mắt của Ngọc...Xúc động và bối rối quá, tôi chẳng làm sao diễn tả hết được tâm trạng đau đớn tột cùng của người sắp phải rời quê hương, xa người yêu mà chính bản thân mình chưa biết sống chết như thế nào.., sẽ có thể không bao giờ có dịp trở về lại...Đã thật sự yêu vẫn chưa dám trực tiếp ngỏ lời trước hoàn cảnh đen tối đầy ắp những trở ngại của cuộc sống...Cuối cùng, tôi chỉ hôn nhẹ lên má Ngọc thay cho lời vĩnh biệt vì lúc đó tôi nghĩ là sẽ không bao giờ có cơ hội gặp lại nhau nữa...

Đêm ấy không ngủ được, tôi cố nín không muốn nói chuyện với ba má vì sợ chính mình không cầm được nước mắt. Tôi cứ trằn trọc cả đêm, tâm trí rối bời. Phần âu lo về chuyến vượt biên của hai anh em, phần lấn bấn rằng gia đình rồi sẽ ra sao sau khi chúng tôi ra đi... Và những giọt nước mắt của Ngọc hồi ban chiều vẫn cứ làm tôi ray rứt...Tâm tư tôi lúc ấy giống như những lời trong bản nhạc "Nỗi Lòng Người Đi” của cố nhạc sĩ Anh Bằng “Tôi xa Hà Nội năm lên mười tám khi vừa biết yêu. Bao nhiêu mộng đẹp yêu thương thành khói tan theo mây chiều". Dù có là Hà Nội hay Sài Gòn thì nỗi lòng của người đi cũng đều ray rứt như nhau. Sài Gòn, nơi mến yêu của tôi, sẽ mãi mãi hiển hiện trong tôi, dù thời gian có qua đi và tôi có sinh sống ở bất cứ nơi đâu khác đi nữa...

# CHƯƠNG 2
## Bắt đầu vượt biên qua Campuchia

Mặt trời vừa lố dạng, người anh bà con đã đến để đưa hai anh em tôi đi bằng xe Honda. Trước khi rời nhà, ba má tôi khuôn mặt đầm đìa lúc giao cho anh em tôi mỗi người một gói đồ trong đó có một bộ quần áo cũ để nguỵ trang giống như cho người lơ xe mặc, một cái nón, một đôi dép và một chai dầu nóng. Cách đó mấy ngày, má tôi đã cất công đổi hai bộ quần áo mới để lấy hai bộ quần áo cũ mèm của hai người đạp xe xích lô thường tới đứng ở trước nhà. Chưa hết, má tôi còn nhét vàng khâu giấu vào nón - áo - quần và dép. Má bảo, gặp chuyện cần thiết thì cứ rút lấy vàng ra mà chi dụng. Giá trả cho người bà con bạn dì của tôi là năm lượng mỗi người. Lúc đó 10 lượng vàng có thể mua được một căn nhà ngoài mặt tiền ở Sài Gòn. Trước khi rời nhà thì đưa phân nửa trước. Theo dự trù, khi đến được nơi an toàn, tôi sẽ viết giấy báo để người tổ chức chuyển đem về, nhà sẽ chi nốt phân nửa còn lại. Má tôi đã cẩn thận dặn dò trước rằng nếu thật sự đến được nơi an toàn rồi thì ghi trên tờ giấy báo tin con số 56 - tôi và em tôi là con thứ năm và thứ sáu trong gia đình. Nếu không thì ghi bất cứ hai con số nào khác thì coi như dấu hiệu báo là chuyến đi của anh em tôi đã gặp nạn.

Nhiệm vụ của người anh bà con là chở hai anh tôi đến cửa khẩu Mộc Bài thuộc tỉnh Tây Ninh sát ranh giới với Campuchia. Ngoài ra anh ta cũng chẳng hề được cho biết thêm gì nữa cả. Chúng tôi phải cố gắng giữ bí mật chuyện vượt biên của chúng tôi vì nếu lỡ bị bại lộ, ba má tôi và anh em tôi sẽ bị bỏ tù. Trên đường chở đi, anh ta có hỏi, phải chúng tôi "về quê" không. Thời buổi đó, hai chữ tiếng lóng "về quê" có nghĩa là vượt biên. Biết không thể giấu giếm được nữa, tôi có nói cho anh biết là chúng tôi đang "về quê". Khi đến huyện Gò Dầu, tôi xin người anh bà con chịu khó cho anh em tôi ghé lại thăm bà nội tôi khoảng một tiếng đồng hồ.

Gò Dầu là nơi cả hai anh em tôi đều được sinh ra và lớn lên cho đến khi vài tháng trước ngày miền Nam bị cưỡng chiếm. Bà nội tôi vẫn còn ở đó. Căn nhà của ba má tôi ở ngay cạnh nhà ông bà nội tôi. Ông nội tôi đã về Sài Gòn ở, chỉ còn bà nội tôi ở lại đấy có một mình. Gia đình chúng tôi đã dọn về Sài Gòn sinh sống cho nên căn nhà của ba má tôi ở đấy cứ để trống, đóng cửa im lìm vậy. Người anh bà con cho xe Honda đậu lại trước nhà bà nội tôi. Khi hai anh em chúng tôi bước vào thì bà nhận ra ngay chúng tôi là cháu nội nhưng bà lại không nhớ tên chúng tôi! Bà nội hỏi về thăm nội, có chuyện gì không. Tôi đã phải nói dối với bà là chúng tôi đi công chuyện gần đó và sẵn dịp ghé thăm nội, vậy thôi. Hồi ấy phong trào vượt biên đường bộ xẩy ra rất nhiều ở Tây Ninh, nên mặc dù chúng tôi nói trớ ra nhưng nhìn mặt thì chúng tôi hiểu ngầm là nội cũng đoán biết được đây là chuyến vượt biên qua Campuchia của anh em tôi..

Hồi còn nhỏ anh em tôi thường chạy qua nhà nội và rất thích được ăn món nem nướng cuốn bánh tráng. Nên bấy giờ, nội cũng kêu đứa cháu chạy qua tiệm ăn kế bên nhà mua một mâm nem nướng cuốn bánh tráng cho anh em tôi ăn. Tôi không cầm được nước mắt khi nội nói *"ăn món con thích đi, để may mốt không có dịp ăn nữa"*. Nghe vậy, tôi muốn cũng không thể giấu nội tôi được nữa. Tôi phải thú thật cho nội biết là chúng tôi trên đường sang Campuchia. Nội ôm chặt lấy hai đứa cháu rồi khóc rất nhiều và rồi chúc chúng tôi lên đường được may mắn.

Nhìn qua căn nhà ba má tôi, nơi mà anh em tôi đã sinh ra và trải qua suốt tuổi ấu thơ ở đó, tôi trong lòng vô cùng buồn bã: Khắp trên sân nhà đóng rất nhiều bụi và rải rác rêu bám xanh, mặc dù lá cây rụng phủ nhiều..Không biết sau này nó có còn là sở hữu của ba má tôi nữa không hay là bị tịch thu, y như gia đình của bạn tôi bị đánh tư sản.. Nhớ ngày nào tôi cùng các bạn hàng xóm chơi bắn bi trước sân nhà... Đến mùa dế cơm hằng năm, chúng tôi thường bắt dế cơm cho má tôi nấu món dế chiên với bột ăn rất ngon. Tối nào ba má tôi thường để ngọn đèn trước nhà cho chúng tôi bắt dế cơm với mấy trẻ trong xóm...Không biết mấy đứa bạn thời thơ ấu của tôi bây giờ ra sao. Chắc có lẽ tụi nó cũng phải đi bộ đội hoặc vượt biên như tôi?..Tôi giật mình trở lại thực tế khi nghe ông anh bà con bảo là hết giờ rồi, phải đi lên Mộc Bài cho kịp. Hai anh em tôi lên xe Honda bắt đầu được chở đi tiếp.

Xe qua cây cầu Gò Dầu cách nhà bà nội tôi vài trăm mét. Cây cầu này bắc qua sông Vàm Cỏ Đông, nó xuống cấp quá nhiều vì trong những năm chiến tranh đã bị đặt mìn vài lần. Đi qua cầu nếu không cẩn thận, có thể dễ dàng rớt xuống mặt nước... Nhà ông bà ngoại tôi ở gần dưới chân cầu. Cây dừa, cây khế, cây xoài vẫn còn đó nhưng ông bà ngoại tôi thì đã mất rồi. Căn nhà của ông bà ngoại để lại cho người cậu trông nom nhang khói...Nhớ ngày nào còn nhỏ tôi thường đem cơm má tôi nấu sang, vì ông bà ngoại lớn tuổi không còn muốn lích kích nấu ăn nữa. Tôi rất thích đem cơm cho ông bà vì mỗi lần thường được cho bánh kẹo ngon ăn...Những kỷ niệm này vụn vặt nhưng sao quá thân thiết đến nỗi khiến bây giờ nhớ lại, tôi quá chạnh lòng...Hay chỉ vì có lẽ tôi sắp bị mất đi chăng?

Bên kia cầu có hai con rạch chạy dọc theo hai bên đường. Trước đây vào mùa nước lớn tôi thường qua đó câu cá rô với mấy ông cậu của tôi. Cảnh sông nước - đồng ruộng liên tiếp chạy ngược vào mất hút hai bên đường làm tôi càng nức nở yêu cái mảnh đất tôi sinh ra này...Huyện Gò Dầu lúc đó nghèo lắm nhưng với tôi nó sao đẹp và đáng yêu vô cùng...

Cảnh sắc hai bên đường cứ thế mà quẫy lộn quay cuồng lọt vào tâm tư.. Không bao lâu sau chúng tôi đã đến Mộc Bài. Khoảng năm chiếc xe cam nhông đang đậu ở đó chờ băng qua cửa khẩu. Anh bà con dẫn chúng tôi gặp người tài xế xe mà chúng tôi sẽ được thu nhận làm lơ xe. Té ra người tài xế chính lại là chồng của cô bà con bạn dì tôi. Anh ta là Việt kiều sinh sống bên Campuchia đã trở về Việt Nam năm 1970 trong phong trào "Cáp Duồn" (phong trào người Campuchia thanh trừng người Việt Nam). Anh nói thông thạo được tiếng Việt và tiếng

Campuchia. Sau khi giao anh em tôi cho người tài xế, người anh bà con lái xe Honda chia tay với chúng tôi để về lại Sài Gòn.

Lúc này anh em tôi không thể đường đường chính chính băng qua cửa khẩu do bộ đội biên phòng kiểm soát được. Trên xe đã có hai người lơ xe thật xuất trình giấy tờ cho phép đi theo xe chuyển lương thực cho bộ đội Việt Nam đang ở bên đó. Mỗi chiếc xe cam nhông được đem theo hai người lơ xe. Khi qua được biên giới rồi thì anh em tôi sẽ thay thế hai người lơ xe thật và họ sẽ cải trang thành dân Campuchia. Hai người lơ xe này là người Việt Nam và nói được tiếng Campuchia rất giỏi.

Như đã tính toán bố trí trước, anh em tôi được một người địa phương chở qua biên giới bằng đường ruộng trên một chiếc xe Honda hai bánh. Sau nửa tiếng đồng hồ băng qua nhiều thửa ruộng nhỏ nối tiếp nhau, chúng tôi đến trạm xe trong lãnh thổ Campuchia. Chúng tôi được anh tài xế cho lên xe và thay quần áo lơ xe mà ba má tôi đã đưa cho khi rời nhà ở Sài Gòn. Bây giờ anh em tôi mới biến thành hai lơ xe, còn hai người lơ xe thật cũng lại giả trang thành người Campuchia. Trên mui xe này hiện có khoảng 20 người Campuchia xin quá giang. Hồi ấy đất nước Campuchia tàn tạ lắm, nhất là phương tiện giao thông rất thiếu thốn, đi đâu khi gặp xe là người dân họ xin cho quá giang. Nên trên mui xe chở hàng chạy lúc nào cũng có khoảng từ 10 đến 20 người Campuchia quá giang. Hai người lơ xe thật lúc này cũng đã giả như người Campuchia ngồi lẫn vào đám này.

Xe chúng tôi chạy tiếp và phải qua nhiều trạm kiểm soát. Mỗi trạm đều có bộ đội Việt Nam và bộ đội Heng Samrin. Bộ đội Việt Nam kiểm soát giấy tờ xe và hàng hoá trên xe. Còn bộ đội Heng Samrin thì kiểm soát người Campuchia quá giang trên xe. Nhờ có chuẩn bị chu đáo nên những lần qua trạm kiểm soát chúng tôi ít bị trục trặc.

Sau bốn năm dưới chế độ diệt chủng của Pol Pot, Campuchia vốn đã chậm tiến nghèo nàn giờ gần như không còn gì cả. Một số người Campuchia quá giang trên xe biết nói được tiếng Việt đã kể cho tôi nghe những chuyện giết người dân tàn nhẫn của chế độ Khmer đỏ dưới thời Pol Pot. Dân Campuchia thật sự đã rất mừng khi bộ đội Việt Nam đến giải phóng cho họ.

Trên đường đi, khi nào đói bụng thì xe dừng lại bên đường, lấy gạo trên xe ra tự động nấu cơm ăn. Xe vốn chở quá nhiều gạo nên lấy chút ít không đáng kể. Chúng tôi còn lấy gạo đổi cá khô nướng lên ăn với cơm. Hai bên đường thường vắng hoe, ít thấy xe, chỉ thỉnh thoảng có xe quân đội chạy qua, xe đạp mà còn lác đác. Hầu hết người dân đi bộ hai bên đường. Còn đất hoang thì bỏ phế rất nhiều, không có ai canh tác.

Còn khoảng hai tiếng đồng hồ nữa là tới thủ đô Nam Vang thì trời đã tối. Mặc dù Pol Pot đã bị đánh bại nhưng tàn quân của họ vẫn còn lẩn trốn đâu đó không biết được, cho nên chạy xe ban đêm không an toàn, anh tài xế quyết định cho ngủ lại bên này sông rồi sáng mai mới qua phà rồi đi tiếp. Những người Campuchia quá giang tự động xuống xe, tản mát đi hết.

Sáng hôm sau, anh tài xế và hai anh lơ xe thật, cùng với anh em tôi thức dậy nấu cơm ăn sáng. Tôi tình nguyện rửa chén cạnh bờ sông. Thật là đúng với nghĩa của cái tên Campuchia là xứ cá: Những hột cơm thừa rớt xuống sông thì cả đàn cá tới xôn xao quẫy lộn giành đớp. Ngay cả bọt xà bông lũ cá cũng nuốt luôn. Xong xuôi yên bụng, năm người lên xe chạy tiếp trên đường đi Nam Vang (Phnom Penh).

Rồi khi chỉ còn độ một tiếng đồng hồ nữa là tới Nam Vang, anh tài xế cho xe dừng lại để kiểm soát mọi chuyện trước khi vào trình diện trạm. Tưởng đâu mọi chuyện đâu vào đó, anh tài xế đạp ga cho xe chạy. Bất ngờ lúc ấy một anh lơ xe thật còn đứng vẩn vơ trên mui, xe chuyển bánh bất ngờ khiến anh ta té từ trên mui xuống đường tráng nhựa, bất tỉnh nên xe lại phải ngừng để kêu cấp cứu tới chở anh ta đến nhà thương. Hai anh em tôi lo sợ vô cùng: Nếu anh lơ xe có mệnh hệ gì thì coi như chuyến vượt biên của chúng tôi thất bại vì sẽ không đủ hai người lơ xe để trở về Việt Nam. Anh tài xế phải theo anh lơ xe bị tai nạn lên xe cứu thương vào bệnh viện. Anh em tôi và người lơ xe thứ hai ở lại trông chừng xe. Chúng tôi chỉ còn biết cầu nguyện sao cho mọi chuyện tai qua nạn khỏi.

Cũng phải khoảng hơn hai tiếng đồng hồ sau đó, chiếc xe cứu thương trở lại. Tôi nóng lòng chạy đến: Thật là may mắn, anh lơ xe chỉ bị gãy tay mà thôi và đã được băng bó an toàn. Nếu như gầy còm yếu ớt như tôi mà mắc tai nạn như anh lơ xe, chắc có lẽ đã không bỏ mạng thì cũng bị thương trầm trọng rồi vì bị té từ trên mui xe xuống mặt đường tráng nhựa, một khoảng cách khá cao - rất nguy hiểm.

Xe chúng tôi tiếp tục hành trình băng qua được trạm kiểm soát ở Nam Vang. Lúc ấy trưa đã quá trễ, ai cũng đói bụng, chúng tôi hẹn nhau ai nấy tự đi ăn riêng và 60 phút sau sẽ gặp lại nhau. Hai anh em tôi vào một cái chợ gần đó. Ở thủ đô Nam Vang, cuộc sống dân tình xem ra vẫn được nhộn nhịp nhiều hơn so với những vùng ven chúng tôi vừa đi qua. May nhất là trong chợ còn có một số người biết nói tiếng Việt. Hai anh em tôi xà vào một quán ăn của người Việt và gọi thức ăn. Nhưng chưa gì bà bán hàng đã cho biết là nhà nước Campuchia mới vừa đổi tiền: Tiền Ria (Riel) của chế độ cũ không còn giá trị nữa. Nếu muốn ăn thì phải trả bằng vàng hoặc tiền Ria mới. Quá bất ngờ chưa biết phải xoay trở ra sao, vì không sẵn đem theo tiền Ria mà lấy vàng ra trả thì lại sợ bị bại lộ. Hai anh em tôi còn đứng sớ rớ, ấp úng trơ người ra nhìn. Có lẽ quan sát và đoán được hoàn cảnh vượt biên của chúng tôi, bà cười nói nhỏ bằng tiếng Việt *"Không sao đâu, hai cháu cứ ăn. Dì thấy thương hai cháu, không lấy tiền đâu"*. Mừng quá, vội ăn cơm thật nhanh rồi chúng tôi ấp úng cám ơn bà chủ quán rồi vội quay trở về chỗ hẹn.

Xứ sở Campuchia chỉ trong vòng bốn năm mà hai lần thay đổi chế độ. Cuộc sống lúc đó của dân cư Campuchia bát nháo giống như ong vỡ tổ. Là người lén vượt biên mà lại không biết nói tiếng Campuchia, tôi cảm thấy lo lắng vô cùng. Không biết rồi những chặn đường kế tiếp sẽ gian truân ra sao nữa.

Gặp lại sau bữa ăn trưa, chúng tôi vội rời Nam Vang để có thể đến được thành phố Battambang trước khi trời tối. Hai bên đường vẫn còn ngổn ngang vết tích của cuộc chiến mới đây giữa quân đội Pol Pot và bộ đội Việt Nam cùng với quân giải phóng của Heng Samrin. Càng đi sâu về phía tây gần biên giới Thái Lan cảnh vật càng thấy điêu tàn tang thương hơn. Các trạm kiểm soát càng thêm gắt gao. Mấy tên bộ đội đóng chốt hỏi han và khám xét xe lâu hơn. Nhưng nhờ đã chuẩn bị chu đáo, chúng tôi cũng đã đến được thành phố Battambang an toàn. Ngủ qua đêm rồi sáng hôm sau tiếp tục đi lên thị trấn Sisophon. Sisophon là một thị trấn nhỏ cuối cùng của ranh giới phía tây Campuchia trước khi qua lãnh thổ Thái Lan. Bộ đội Việt Nam đóng dầy đặc ở các đồn dọc theo biên giới này. Xe của chúng tôi chiếu theo nhiệm vụ sẽ giao gạo ở đó.

Thị trấn Sisophon cách thành phố Battambang không xa. Chúng tôi sẽ đến đó trước 12 giờ trưa. Anh tài xế cho anh em tôi biết là còn một trạm kiểm soát cuối cùng nữa trước khi vào Sisophon; trạm này nghiêm ngặt, khám xét rất căng. Nên khi xe chúng tôi tiến tới trạm, tim tôi tự nhiên đập mạnh. Đứng cạnh đó, em tôi xem ra cũng vậy. Ở những trạm trước, bộ đội Việt Nam hỏi giấy tờ anh em tôi và kiểm soát xe. Nhưng lần này họ đến tra hỏi bằng tiếng Campuchia với hai người lơ xe đang giả dạng thành người Campuchia. Tôi ngồi im mà cả người run lên cầm cập vì không ngờ bộ đội biên phòng Việt Nam lại nói được tiếng Campuchia. Có lẽ vì thời gian đó nhiều người Việt Nam vượt biên bằng đường bộ nên họ phải kiểm soát gắt gao hơn. Cám ơn Trời Phật đã phù hộ chúng tôi: Sau vài phút tra hỏi, mấy tên bộ đội biên phòng bỏ đi và cho xe chúng tôi qua trạm.

Đến Sisophon khoảng 12 giờ trưa, anh tài xế bỏ hai anh em tôi xuống chợ rồi cùng với hai người lơ xe thật đi giao gạo ở trại đồn trú bộ đội Việt Nam. Không giống như ở Nam Vang, ở đây không tìm ra ai nói được tiếng Việt, anh em tôi phải ra dấu khi mua đồ ăn. Đây là một cái chợ nhỏ gần một cái ao nước. Mọi thứ từ tắm trâu bò cho đến lấy nước nấu ăn - uống đều từ cái ao này. Nhìn thấy cảnh quá dơ như vậy, anh em tôi dù rất ngại nhưng vì quá đói bụng nên cuối cùng cũng phải mua cơm dĩa ăn đỡ. Ở đây chúng tôi phải trả bằng vàng. Tôi dùng

miếng vàng trong nón để trả tiền cơm. Bà bán cơm cân vàng rồi cắt lấy một phần nhỏ của miếng vàng...Nói chung, sợ bộ đội Việt Nam phát hiện thì rất nguy hiểm, anh em tôi ráng hạn chế tối đa phải tiếp xúc với người xung quanh đấy.
Ăn xong, hai anh em tôi đến chỗ hẹn đợi. Không lâu, xe giao hàng xong quay trở lại rước. Trong bãi đậu xe, tôi đã thấy mấy chiếc xe cam nhông đã gặp ở Mộc Bài nay đều hiện diện cả ở đây. Anh tài xế cho biết là phải ẩn náu trong xe cho đến chiều rồi mới phát xuất lên đường cùng với bốn người khác nữa. Tôi đoán là bốn người đó có lẽ cũng đã vượt biên bằng xe cam nhông rải rác nào đó đến đây, giống như anh em tôi vậy.

Trời bắt đầu xế chiều. Đúng như dự trù, bốn người thanh niên từ mấy chiếc xe cam nhông gần đó lẻn sang xe của chúng tôi. Thì ra hai trong số bốn người đó là hai người em bạn dì của tôi, mà cũng là em ruột của người tổ chức. Còn hai thanh niên kia là người gốc Hoa Chợ Lớn (người Việt gốc Hoa ở khu Chợ Lớn gần Sài Gòn). Anh tài xế cho chạy xe đưa sáu người chúng tôi ra bờ ruộng nằm ngoài thị trấn. Đến nơi, chúng tôi thấy một người đàn ông Campuchia khoảng 40 tuổi đã túc trực đợi sẵn ở đó từ bao giờ. Trao đổi vài câu bằng tiếng Campuchia với người dẫn đường, anh tài xế (chồng của chị em bạn dì của tôi) ra dấu cho chúng tôi xuống xe và đi theo người dẫn đường, ông ta hoàn toàn không nói được một chữ tiếng Việt nào. Sáu người chúng tôi không ai nói một lời, cứ chăm chăm hành động theo dấu hiệu của ông. Còn chiếc xe cam nhông đã chuyên chở chúng tôi đến đây rồi thì quay đầu về lại thị trấn Sisophon. Tôi tự nghĩ thầm một mình rằng con đường phía trước rồi sẽ nhiều nguy hiểm hơn những ngày vừa qua.

# CHƯƠNG 3
## Sâu trong rừng Sisophon

Xung quanh đấy rất nhiều khoảnh ruộng đất bỏ hoang, đầy bụi rậm và chỉ có một con đường mòn nhỏ. Chúng tôi phải di chuyển trên lối mòn này. Đi bộ khoảng 20 phút, người dẫn đường ra dấu cẩn thận. Xa xa khoảng 100 mét, thấy có một cái đồn lấp ló. Tôi đoán đó là đồn canh gác của bộ đội biên phòng Việt Nam. Trời lúc này xem ra là lúc nấu cơm chiều vì có khói bốc lên ở đồn ấy: Có lẽ là khói nấu bếp của mấy người bộ đội đóng đồn này. Chúng tôi cứ lẳng lặng lén băng qua. Mấy người bộ đội chắc có lẽ bận nấu cơm nên không để ý gì đến chúng tôi. Thế là thoát qua được cái đồn thứ nhất. Thêm một đoạn đường nữa thì lại gặp đồn thứ nhì. Nhờ trên lối mòn còn cách đồn cũng khuất nẻo xa nên chúng tôi đi qua êm thắm.

Người dẫn đường ra dấu cho chúng tôi biết là vẫn còn một đồn cuối cùng nữa. Trời lúc đó đã mờ mờ tối. Không giống như hai đồn trước, đồn này chỉ cách đường mòn chúng tôi độ 20 mét, tôi nghe rõ tiếng mấy người bộ đội nói chuyện ý ới với nhau bằng tiếng Việt lúc ăn cơm. Xen lẫn với tiếng nói chuyện còn pha thêm tiếng hát vọng cổ phát từ radio...Lần này quá gần đồn canh gác, chúng tôi đi qua phải rất cẩn thận. Có lẽ như đã được dự trù kỹ trước rằng khi qua đồn này thì phải vào lúc trời tối, nếu không thì chúng tôi khó có thể thoát. Người dẫn đường còn bảo chúng tôi cầm dép lên và đi chân không, gượng nhẹ đi thật chậm để khỏi gây tiếng ồn.

Đang băng ngang qua thì đột nhiên từ trong đồn có một ánh đèn pin rọi ra...May mà đèn pin rọi xuống mặt đất mà không soi thẳng ngang vào chúng tôi!

Thấy có ánh đèn pin, người dẫn đường vội vàng ra dấu chúng tôi phải trốn vào những lùm cây rậm rạp gần đấy...Chỉ trong vòng mấy giây đồng hồ chúng tôi đã núp vào mấy bụi rậm...hóa ra tên bộ đội rọi đèn pin để đi tiểu. Trong lúc hắn đang tiểu, ánh đèn pin có quét về phía chúng tôi vài lần. Tôi sợ đến độ tim muốn ngừng đập! ..Và chẳng biết có nhiệm mầu nào đó che chở cho hay không mà tên bộ đội ấy lại tình cờ không hề biết là có đến bảy người chúng tôi trốn trong bụi rậm chỉ cách hắn ta khoảng 20 mét...Tiểu xong, tên bộ đội lẳng lặng vào lại trong đồn. Người dẫn đường có vẻ mừng rỡ, biết rằng sắp thoát vì từ đấy trở đi không còn đồn canh nào nữa trên đường mòn.

Mang dép vào lại để đi tiếp, tôi mới phát hiện ra rằng bàn chân trái của tôi có vết máu và rất đau. Vì lúc ấy trời tối, tôi không biết rằng mình đã đạp nhằm phải cái gì mà đến mãi sau này tôi cũng vẫn chưa nghĩ ra: Lúc lủi chui vào bụi, chắc vì tôi quá sợ nên đã không biết đau gì cả...Tôi cố gắng chịu đau, đi tiếp sao cho bắt kịp theo với nhóm.

Biết rõ rằng không còn gặp đồn canh nào nữa, nhóm bảy người chúng tôi bắt đầu đi một cách bình thường. Khi tới được bìa rừng, trời đã tối lắm nhưng nhờ ánh trăng chúng tôi vẫn còn thấy mờ mờ được quang cảnh xung quanh. Người dẫn đường đưa chúng tôi đi trên lối đường mòn mỗi lúc càng vào sâu trong rừng.

Trời đã khuya. Đoán chừng khoảng 11 hay 12 giờ đêm. Quá mệt và đói, chúng tôi dự định muốn bảo người dẫn đường cho nghỉ mệt thì một cơn mưa ập tới. Người dẫn đường tìm ra được một túp lều tranh bỏ hoang gần đó để mọi người trú mưa. Mưa cứ rỉ rả suốt đêm. Ai nấy đều lạnh cóng. Chúng tôi phải ngồi sát bên nhau truyền giữ hơi ấm. Ai nấy đều xem ra tạm cầm cự được nhưng riêng tôi chịu không nổi vì lạnh - mệt và đói, thêm vết thương dưới bàn chân hành nên toàn người tôi rung lên khiến tâm thần hoang mang gần như ngất xỉu. Thấy vậy, em tôi vội lấy chai dầu trong túi ( mà má tôi đã đưa cho chúng tôi lúc rời nhà.) trút hết lên người tôi. Tôi vẫn chưa hết run. Em tôi lấy thêm chai dầu của nó đưa cho tôi. Không do dự gì nữa, tôi liều mình uống luôn hết nguyên chai dầu gió thứ hai ấy! Có lẽ số tôi chưa chết: Khoảng năm phút sau người bớt rung, tôi xin ngồi chính giữa sáu người để được ấm nhất rồi thiếp đi lúc nào không biết...

*

Trời đã sắp sáng ra. Cơn mưa như trúc nước tối qua đã tạnh tự bao giờ. Người dẫn đường đánh thức mọi người để tiếp tục đi sâu vô rừng. Thỉnh thoảng tôi thấy có nhiều người đi ngược đường với chúng tôi. Họ đi bộ hoặc đẩy xe đạp. Họ mang theo cồng kềnh nhiều hàng hoá. Tôi đoán đấy là những người buôn lậu hàng Thái Lan đem về bán ở Campuchia hoặc Việt Nam. Vì khi còn ở Việt Nam, tôi thường theo chị tôi mua bán đồ Thái Lan ở Sài Gòn...

Chúng tôi theo chân người dẫn đường đi tiếp. Càng đi, rừng càng dầy đặc thêm. Ai cũng đói và mệt lắm... Độ khoảng 9 hoặc 10 giờ sáng thì người dẫn đường dừng bước và chỉ hướng cho chúng tôi đi tiếp trên đường mòn theo chân những người buôn lậu, còn ông ta thì quay trở lui. Chúng tôi rất sợ và tức vì thấy rằng sao lại bị bỏ rơi giữa rừng như vậy...Nhưng quả là không còn cách nào khác, chúng tôi cứ phải cắn răng câm nín mà đi tiếp vì không thể nào quay lại được nữa. Nếu quay lại thì càng nguy hiểm hơn vì có thể bị bộ đội Việt Nam bắt.

Người dẫn đường bỏ đi khuất. Như rắn mất đầu, chúng tôi vẫn cứ đi tiếp theo con đường mòn ngoằn nghèo giữa rừng âm u. Chân bị rất đau tôi gắng gượng cũng không đi nhanh được bằng mấy người trong nhóm. Cho nên chẳng bao lâu sau thì bốn người trong nhóm đã dần xa rời hai anh em tôi.

Chẳng biết rồi sẽ ra sao, hai anh em tôi buộc phải cứ lẳng lặng mà đi: Gặp mấy người buôn lậu trên đường, tôi hỏi hướng đi nào đến Thái Lan. Mấy tuần trước khi vượt biên tôi có học được vài câu bằng tiếng Campuchia: Đi là "tâu", đi đâu là "tâu na", đi Thái Lan là "tâu Xiêm". Nên cứ gặp ai tôi cũng nói "tâu Xiêm"; họ chỉ cho anh em tôi cứ thế mà đi tiếp.

Mỗi khi gặp được người buôn lậu đi ngược đường, tôi lại hỏi đường đến Thái Lan. Tôi nghĩ trong bụng là cứ như thế thì riết rồi thế nào cũng tới nơi. Đói bụng thì xin ăn mấy người đi đường hoặc lấy vàng trong người ra mua. Thế nào họ cũng cho hoặc bán. Độ khoảng một tiếng đồng hồ sau khi bị người dẫn đường bỏ rơi, chúng tôi thấy mình hoàn toàn mờ mịt trong rừng sâu...Rồi tôi chợt thấy xa xa trước mắt có hai tên lính có mang súng. Khi đến gần, chúng tôi bị chĩa súng vào người. Mặt đầy sát khí, họ gằn giọng hỏi "tâu na". Thấy họ có súng, hai anh em rất sợ vội trả lời "tâu Xiêm". Nghe chúng tôi nói là muốn đi Thái Lan thì nét mặt họ có vẻ dịu lại. Quan sát anh em tôi một lát, họ phát âm toàn bằng tiếng Campuchia. Chúng tôi không hiểu gì cả. Nhưng nhìn vào trang phục tôi đoán họ là tàn quân của Pol Pot, anh em tôi sợ vô cùng: Nhớ lại hồi còn ngồi ở mui xe trên đường sang đây, những người quá giang đã kể cho tôi nghe những vụ giết người dả man của chế độ Pol Pot: Sau khi thua trận họ đã rút vào rừng nằm giữa biên giới Thái Lan và Campuchia. Có lẽ chính vì sự thể như vậy mà người dẫn đường không giám vào rừng và bỏ chúng tôi rồi quay về!

Biết anh em tôi là người Việt vượt biên, mấy tên lính Pon Pot liền cướp nón, áo và dép của cả hai. Chắc đã cướp nhiều người vượt biên trước đó nên họ lột những thứ mà họ nghĩ là có giấu vàng trong đó. Có điều may mắn là họ không lột lấy quần: Quần em tôi không có vàng nhưng quần tôi thì có. Hai tên lính Pol Pot quăng lại cho hai cái áo cũ rồi đuổi chúng tôi đi tiếp. Coi như là vàng trong nón, trong áo và dép là đã bị bọn họ cướp rồi. Trong lòng vừa sợ vừa buồn bực, chúng tôi vẫn phải cố gắng đi tiếp. Lúc này không còn dép, chân tôi càng đau buốt thêm và bắt đầu sưng.

Đi thêm được một đoạn đường nữa, đến khoảng giữa trưa, chúng tôi tới một nơi có tập trung nhiều người. Thì ra đấy là cái chợ nhỏ ở sâu trong rừng. Chợ có vài cái chòi bán cơm, bán nước, và mấy đồ vật dụng linh tinh. Bàng hoàng trước cảnh tượng đột nhiên nhộn nhịp, hai anh em tôi đã đói và mệt lắm rồi nhưng chưa biết làm sao để có đồ ăn trưa. Đang loay hoay tìm kiếm thì một tên lính Pol Pot chĩa súng và bắt chúng tôi vào trạm gác cạnh chợ.

Vào trong trạm, thật bất ngờ anh em tôi gặp lại ba người cùng trong nhóm vượt biên: Một người là em bà con bạn dì của tôi và hai người Hoa Chợ Lớn; còn người bà con bạn dì khác thì không thấy đâu và không biết chuyện gì đã xảy ra cho người ấy. Bấy giờ chúng tôi bị nhốt chung một chỗ. Cái trạm nơi nhốt năm người chúng tôi không lớn lắm, và vỏn vẹn có dăm ba tên lính. Hai bên không ai nói và hiểu nhau.. nhưng số người của chúng tôi đông bằng số lính trong trạm nên chúng cũng sợ chúng tôi có thể làm loạn. Chúng canh gác rất kỹ: Lúc nào súng cũng sẵn sàng bắn, còn dao thì chúng cầm sẵn trên tay. Có lần một tên lính Pol Pot cầm dao lưỡi liềm đến gần tôi và đưa lên định cắt cổ tôi. Hắn đưa dao qua lại cổ tôi một vài lần nhưng hắn không cắt. Tôi sợ muốn té đái trong quần! Nhưng rồi hắn hạ dao xuống rồi cười đắc chí. Có lẽ hắn muốn doạ cho tôi sợ hay vì một lý do nào đó đã ngăn cản không cho hắn giết tôi…

Quá sợ hải, tôi gục đầu xuống với niềm tuyệt vọng không biết mạng sống của chúng tôi sẽ ra sao. Bất chợt tôi nghe tiếng nói của một người phụ nữ. Tôi nhìn lên và thấy trong trạm có một bà khoảng chưa đầy 40 tuổi chạy tới chạy lui: Sau khi líu lo nói chuyện với tên trưởng trạm, bà ta ra dấu cho chúng tôi biết rằng bà là vợ của người dẫn đường, rồi bà đi mua cơm cho năm người chúng tôi ăn.

Đợi khi chúng tôi ăn xong, bà vợ người dẫn đường đưa cho tôi tờ giấy cùng cây viết rồi ra dấu hiệu bảo tôi viết là chúng tôi đã đến nơi an toàn để bà đưa người đem về Việt Nam làm chứng thì mới lấy thêm được nửa số vàng còn lại. Lúc ấy tôi mới nghĩ ra rằng chính bà đã chỉ điểm cho bọn lính Pol Pot bắt chúng tôi để mong hòng lấy được số vàng còn thiếu lại. Tôi lại còn đoán rằng có lẽ khu rừng đó chỉ có một con đường mòn duy nhất, chắc chắn chúng tôi phải đi qua; còn chồng bà thì vì không dám giáp mặt lính Pol Pot nên đã bỏ chúng tôi bơ vơ giữa rừng rậm.

Cầm cây viết mà nước mắt tôi rơi: Nếu viết là bọn tôi đã bị lính Pol Pot bắt thì chắc ba má tôi sẽ tuyệt vọng chết mất. Còn viết là tới nơi an toàn thì làm sao được chứ! Trước mắt tôi là bốn, năm thằng lính Pol Pot đang chĩa súng vào chúng tôi và sẵn sàng nhả đạn bắn bất cứ lúc nào! Mặc dù không trói chúng tôi nhưng bọn nó đối xử chúng tôi là tù nhân!

Nhìn sang gương mặt ngây thơ đầy nỗi lo sợ của em mình, tôi xót xa vô cùng. Chỉ vì muốn theo tôi mà bây giờ em tôi bị khốn khổ thế này!...Và có thể sau khi tôi viết xong thư là bọn chúng sẽ đập đầu chúng tôi như những người đã bị bọn chúng giết trong bốn năm dưới chế độ diệt chủng của Pol Pot. Tôi biết chúng vốn căm thù người Việt lắm...Không biết đây có phải là lá thư tuyệt mạng hay không...

Đắn đo chưa biết nên viết gì, nước mắt tôi cứ rơi trong hoang mang lo hoảng... Bà vợ người dẫn đường thấy tôi tình trạng như vậy thì đến nói với tôi vài câu bằng tiếng Campuchia "ọt ê tê". Tôi không bao giờ quên được câu nói này mặc dù lúc đó tôi không biết nó nghĩa gì. Nhìn gương mặt bà ta có vẻ thật thà.., rồi tôi lại nhớ rằng trong chuyến vượt biên này còn có em ruột của người tổ chức, tôi thấy vớt vát lại cũng còn chút hy vọng...Tôi nhớ ba má tôi có nói là người bà con bạn dì của tôi đã tổ chức mấy lần và đã thành công...Thế là cuối cùng tôi cắn răng viết lên tờ giấy *"Đường đi gian nan và nguy hiểm nhưng đã đến nơi"*...Rồi tới đây tôi phải viết mật mã vào tờ giấy. Con số mà ba má tôi nói là nếu thật sự an toàn thì viết "56", còn bị bất trắc là viết con số khác. Tôi hạ bút viết "56", mặc dù hy vọng thành công trong thâm tâm tôi thấy rất mong manh... Tôi nhắm mắt lại than thầm trong lòng "*thôi thì phó mặc cho trời định đoạt!*"

Bà vợ người dẫn đường nhận lấy giấy tôi mới vừa viết xong rồi thì lật đật ra về. Hai tên lính trong nhóm lính Pol Pot bắt đầu ra dấu bảo chúng tôi rời trạm, đi theo họ. Một tên lính Pol Pot dẫn đầu đi trước rồi đến năm người chúng tôi và sau cùng là một tên lính Pol Pot khác. Chân còn đau, tôi lúc nào cũng đi sau bốn người trong nhóm. Tất cả năm người chúng tôi không ai còn nón và dép nữa. Mặc dù khi gặp lại mà chưa có dịp hỏi han gì, nhưng tôi đoán là có lẽ ba người kia họ cũng đã bị cướp như hai anh em tôi.

Hai tên lính Pol Pot dẫn độ, chúng tôi cứ lẳng lặng đi theo. Hai bên hoàn toàn không hiểu ngôn ngữ của nhau, chỉ nghe tiếng chúng bảo "tâu" là cứ thế mà đi theo con đường mòn trong rừng, chẳng biết mình sẽ đi đâu nữa.

Lối mòn khá lầy lội xình lầy vì hậu quả của trận mưa hôm qua, năm người chúng tôi không ai còn dép nên lội bộ khá cập giập vất vả. Tên lính Pol Pot dẫn đầu cũng như bốn người trong chúng tôi lúc nào cũng đi nhanh hơn. Bàn chân trái của tôi lại càng sưng tấy và đau xót quá nhưng phải cố gắng vì lúc nào tên lính Pol Pot đi sau cùng cũng chĩa súng thúc vào tôi, bảo "tâu". Khoảng cách cứ tiếp tục xa dần, khiến họ lâu lâu lại phải dừng lại đợi để tôi có thể theo kịp đoàn.

Đi được độ hơn một tiếng đồng hồ thì người bà con bạn dì của tôi cần phải đi vệ sinh. Tên lính Pol Pot dẫn đầu chỉ vào bụi cây bên vệ đường, ra dấu cho phép. Hắn còn cẩn thận ra dấu ý bảo phải coi chừng mìn...Còn nhớ khi ở Việt Nam tôi có nghe đài TV ở Sài Gòn họ nói là tàn quân Pol Pot trong lúc rút quân vào rừng, chúng gài mìn bẫy lại rất nhiều trong rừng nhằm ngăn chận sự tiến công của bộ đội Việt Nam...Người bà con bạn dì của tôi di vệ sinh xong, trở lại với đoàn, nó rì rầm cho biết là thấy một xác chết nằm trong bụi. Nghe vậy bọn tôi hoảng hốt và hoang mang không biết đoạn đường trước mắt sẽ không thiếu gì hiểm nguy..

Cứ thế lếch thếch ỳ ạch đoàn đi khoảng ba tiếng đồng hồ, ai cũng mệt, đói và khát. Tôi là kẻ khốn khổ nhất vì bàn chân tôi đau và sưng tấy lên rất nhiều. Những bước chân của tôi không còn được bình thường nữa. Đi khập khiễng lạng quạng y như người bị có tật sẵn, nhưng tôi vẫn phải cố gắng chịu đau mà đi tiếp trong hy vọng được sống còn...Có lần bốn người trong nhóm và tên lính Pol Pot dẫn đầu bỏ tôi và tên lính Pol Pot đi sau một khoảng cách quá xa. Tên lính đi sau phải lên tiếng gọi tên lính đi đầu dừng đợi, nhưng tên lính đi đầu không nghe được nên nó đành phải bắn một phát súng nhắc bảo. Nghe tiếng súng quá to tôi giật mình té xuống. Em tôi ở đằng xa trước nhìn lại thấy tôi nằm bò trên vũng xình thì lại tưởng rằng tôi bị trúng đạn. Nó hét lên *"Chết rồi! Anh Năm bị bắn chết rồi!* ". Cả bốn người trong nhóm đều kinh hỏang...Tôi phải cố gắng từ từ đứng dậy đi tiếp.. nhưng lúc này tôi quả là đi không được nữa, đứng mà cứ ngọ nguậy. Thấy vậy bắt buộc em tôi phải đi trở lui, kề vai dìu tôi đi tiếp. Thế rồi hai anh em khấp khểnh đi trong tuyệt vọng. Tôi nhìn thấy hai bàn chân của em tôi cũng sưng lên vì đã đi bộ trong rừng hơn năm tiếng đồng hồ mà không có dép kể từ khi bọn lính Pol Pot đã cướp dép chúng tôi.

Chúng tôi vẫn không hề biết là hai tên lính Pol Pot này muốn dẫn chúng tôi đi đâu. Nếu như muốn giết thì chúng đã không cần mất công và thời giờ đưa chúng tôi cứ tiếp mà đi hơn vài tiếng đồng hồ...Với hy vọng mong manh duy nhất là họ sẽ không giết, chúng tôi cứ phải cố gắng mà đi theo sự hướng dẫn của họ.

Đã quen ở trong rừng, hai tên lính Pol Pot đứa nào cũng cụ bị sẵn bi đông nước và bịch cơm khô. Còn chúng tôi thì bây giờ vừa mệt lả, vừa đói và khát lắm. Đang vất vả lê lết trên đường mòn thì có một bà người Campuchia đến gần tôi và cho tôi uống nước trong bi đông của bà. Bà nói "uống đi cháu". Tôi ngớ ra ngạc nhiên như người sắp chết được sống lại. Tôi hỏi làm sao bà biết nói tiếng Việt thì bà kể là khi còn nhỏ bà có sinh sống ở Việt Nam. Lon bi đông của bà chỉ còn đâu vài hớp nước, tôi hỏi bà cho tôi rồi thì lấy gì bà uống. Bà trả lời, không sao vì năm, sáu phút nữa là sẽ tới được khe suối thì bà sẽ lấy đầy bình lại.

Uống hết vài ngụm nước, tôi thấy người tôi khoẻ thêm đôi chút. Tôi cám ơn và trao bình không lại cho bà. Bà ta bỏ đi liền vì không dám tiếp xúc với lính Pol Pot. Khi bỏ di, bà có vói lại nói hai câu *" Không sao đâu, ọt ê tê"*. Thế là bây giờ tôi mới hiểu được câu nói của bà vợ người dẫn đường nói trước đây là *"không sao đâu"*. Nghe câu bà này nói, cả nhóm năm người chúng tôi chợt bừng tỉnh và mừng trong bụng, nên ai nấy đều cố gắng tiếp tục đi. Quả thật, khoảng sáu phút sau chúng tôi tới được một khe nước suối. Hai tên lính Pol Pot rửa mặt và đổ đầy nước vào bình bi đông của chúng. Và cả năm đứa chúng tôi ai cũng lại rửa mặt và ráng uống nước cho no. Chỉ tình cờ nghe được lời nói của bà già gồm cả tiếng Việt lẫn tiếng Campuchia, năm đứa chúng tôi làm như mình được cứu thoát khỏi cơn mơ hồ tuyệt vọng, mà bắt đầu le lói thấy tia hy vọng được sống sót ở phía trước, chúng tôi tự chấp nhận như những tù binh mà lẳng lặng đi theo hai tên lính Pol Pot áp tải.

# CHƯƠNG 4
## Cái chết trong gang tấc

Mặc dù đã trấn tỉnh lại nhờ được rửa mặt và giải khát nhưng tôi vẫn chưa có thể đi vững được một mình. Tôi nói nhỏ với em tôi "*Sáu ráng dìu anh nghen*". Ở nhà anh em chúng tôi quen xưng hô gọi nhau theo thứ tự được sinh ra. Tôi thứ năm và em tôi thứ sáu. Không đáp lại nhưng em tôi cứ vậy lẳng lặng dìu tôi đi tiếp. Phải nói tình thật là em Sáu đã cố gắng rất nhiều để tiếp tục giúp tôi đi. Nhóm ba người kia cứ đi trước chúng tôi một đoạn xa rồi lại dừng đợi anh em tôi theo kịp rồi mới cùng đi tiếp. Ngước nhìn bầu trời và chiếu theo ánh nắng, tôi đoán là chúng tôi vẫn đang đi về phía tây của khu rừng già...Trước khi vượt biên tôi có học cách định hướng bằng ánh nắng mặt trời chiếu xuống...Khu rừng này nằm giữa ranh giới Campuchia và Thái Lan. Như vậy thì cứ tiến về phía tây, thế nào cũng sang tới được Thái Lan.

Từ sáng đến giờ tôi không thấy một bóng chim nào cả, mà cũng chẳng gặp được một con thú hoang...Cũng không có được một loại cây ăn trái nào cả. Rừng ở đây gồm toàn là một loại cây giống như cây dầu ở Việt Nam. Thỉnh thoảng mới gặp vài người buôn lậu đi ngược đường với chúng tôi. Họ băng qua mặt, liếc nhìn chúng tôi rồi rời xa về phía ngược lại, không thốt một lời nào: Có lẽ họ sợ tiếp xúc với lính Pol Pot. Thỉnh thoảng chúng tôi nghe thấy đâu đây có tiếng nổ xa xa vọng lại. Có lẽ đó là tiếng nổ của mìn mà người nào đó không may mắn đạp phải. Tự tôi nghiệm thấy sao mà mạng sống con người lại quá mong manh thế..

Trời bắt đầu ngả chiều dần. Còn chúng tôi thì cứ đói, khát và rất mệt. Riêng tôi cái bàn chân bị tai nạn đang sưng tấy lên mãi, và cảm thấy càng mệt hơn ai hết. Tôi gần như kiệt sức: Nếu cứ đi tiếp như thế này thì chừng vài tiếng đồng hồ nữa chắc tôi xỉu mất. Hai tên lính Pol Pot thì vẫn cứ chĩa súng vào chúng tôi và luôn miệng nói "*tâu*". Nhớ rằng trước khi vượt biên, ba má tôi có dặn bảo là nếu cần thì lấy vàng trong người ra mà sử dụng. Biết mình không thể đi thêm được nữa nên tôi định lấy vàng trong lai quần ra đưa cho hai tên lính Pol Pot để đổi thức ăn, nước uống và được nghỉ mệt. Vàng đã được may trong lai quần nên đang đi không vững thì làm sao lấy ra được, tôi vội bảo người em bạn dì cho mượn vàng rồi sau này sẽ trả lại. Chính nó cũng đang đói khát và mệt lắm nên đồng ý. Nó lấy trong quần ra một sợi dây chuyền rồi đưa cho tôi. Tôi trao sợi dây chuyền ấy cho tên lính Pol Pot đi chót và ra dấu rằng chúng tôi cần ăn uống và nghỉ mệt. Hắn cầm lấy sợi dây chuyền nhưng không thèm nói lời nào, chỉ ra dấu bảo chúng tôi cứ đi tiếp.

Được khoảng năm phút, hai tên lính Pol Pot dừng lại và chỉ một vũng nước bên đường và bảo chúng tôi uống. Nước đen như cà phê, chẳng một người trong bọn dám uống... Riêng tôi vì quá khát và kiệt sức chịu đựng, cứ thế khum xuống uống, rồi muốn ra sao thì ra. Tôi vừa uống xong thì bị thúc vào hông bảo đi tiếp. Uống được nước, như thật sự tiếp thêm chút sức, tôi đi tiếp. Em tôi vẫn dìu tôi. Lúc này tôi lại thấy em tôi mệt lắm rồi, nên tôi cố gượng những bước chân chầm chậm đi tiếp mặc dù bàn chân tôi vẫn cứ đau như cắt.

Tiến thêm được nửa tiếng nữa, hai tên lính Pol Pot dừng lại ở một chốt canh đang có hai tên lính Pol Pot khác gác. Chúng trao đổi với nhau vài câu, hai tên lính Pol Pot ở chốt lấy ra một nồi cơm nguội và một dĩa còn lèo tèo vài lát cá khô. Năm đứa chúng tôi xúm lại bốc rồi không kịp nhai đã nuốt, mỗi người chưa đủ một vắt là đã sạch trơn! Hai tên lính Pol Pot lại bắt chúng tôi đi tiếp...Lúc ấy đã khoảng hơn sáu giờ chiều...

Đi thêm khoảng một tiếng đồng hồ nữa. Ánh sáng mặt trời bắt đầu mờ đi. Xung quanh vẫn còn rừng dầy đặc mù mù. Mọi người gần như hết sức. Riêng tôi thì hoàn toàn kiệt lực rồi. Tôi té lăn xuống đất. Em tôi khóc toé lên "*anh Năm sắp chết rồi!*". Nghe tiếng em tôi thét và thấy tôi té lăn cù trên đất, ba người kia trong nhóm chạy lại gần. Rồi họ quyết định hai người thay phiên nhau dìu tôi đi. Hai tên lính Pol

Pot vẫn không nói gì, đứng nhìn, luôn miệng giục đi tiếp. Súng của bọn nó luôn vẫn chĩa vào chúng tôi.

Mặc dù kiệt sức nhưng tôi vẫn còn tỉnh táo, nhìn thấy những bước chân chập choạng của em tôi, của người em bạn dì, của hai người Hoa Chợ Lớn vẫn thay phiên nhau dìu tôi đi. Chỉ vì tôi mà mọi người phải cực khổ đến như thế. Đau đớn quá, tôi cầm lòng không được...Tôi nghĩ là mình không còn sức lực để đi nữa, quằn quại như người giẫy chết. Tôi quyết định hy sinh. Tôi ra dấu mọi người là cứ đi và bỏ tôi ở lại giữa rừng này. Nếu có phải chết thì chỉ một mình tôi mà thôi!

Ba người kia thấy tình hình xem ra không thể cứu vãn được nữa, họ quyết định bỏ tôi ở lại. Họ cùng hai tên lính Pol Pot đi tiếp. Em tôi thì không nỡ bỏ mặc tôi. Nó dùng hết sức còn lại để kéo lê tôi đi. Đến đâu hay đến đó! Hai tên lính Pol Pot và ba người kia từ từ cách xa anh em tôi. Tôi ráng gượng sức lực mong manh..nhưng cuối cùng cũng phải ra dấu cho em tôi hiểu là cứ bỏ tôi mà chạy theo những người kia, nếu không thì có thể cả hai đều chết giữa rừng. Rất uổng phí...Tôi đang cố ngước mặt lên để nhìn rõ em tôi lần cuối...Thì trong khoảng khắc tuyệt vọng, tôi lại chợt thấy một ánh đèn xa xa nên ráng cố gắng chỉ ngón tay về phía đó. Nhìn theo hướng ngón tay tôi chỉ, em tôi thấy được ánh đèn! Không cầm lòng được nữa, nó la lên "*có thấy ánh đèn rồi!* ". Lúc đó nhóm kia mới chỉ cách xa anh em tôi độ 30 mét. Và tiếng nói trong rừng vang rất xa. Nghe được tiếng la của em tôi, họ dừng lại và nhìn theo hướng chỉ tay của em tôi. Mặc dù trời gần như tối hẳn, nhưng chắc có lẽ họ cũng đã ngó thấy được ánh đèn. Tất cả mừng rỡ, làm như người sắp chết đuối mà vớ được chiếc phao. Họ chạy lại rồi thay phiên nhau cõng tôi đi tiếp. Ôi! Ánh đèn mầu nhiệm đó không ai xác nhận được là có thật hay chỉ do ảo tưởng.. nhưng hiện giờ rõ rệt đang là tia hy vọng cối cùng giữa giờ tuyệt vọng!

Ánh đèn đó tự nhiên như là nguồn sống khiến cho chúng tôi có thêm động lực. Tất cả ai cũng cố gắng vận động được sức lực cuối cùng cõng tôi đi tiếp.

Khoảng 20 phút sau chúng tôi đến nơi có nhiều căn chòi lá và lính Pol Pot canh gác hiện ra giữa rừng già. Hai tên lính Pol Pot áp tải đưa chúng tôi tới một góc cây rồi bảo chúng tôi nghỉ ở đó. Riêng tôi đã lăn đùng ra đất và thiếp đi luôn.

*

Sáng hôm sau thức dậy, tôi đã thấy khoẻ lại nhưng bàn chân trái vẫn sưng và đau. Em tôi và ba người trong nhóm họ thức giấc trước tôi từ hồi nào. Thấy tôi tỉnh lại, em tôi băn khoăn hỏi nhỏ *"Anh Năm có khoẻ không? ..Tưởng anh đã chết tối qua rồi"*. Tôi trả lời *"Khoẻ lại rồi nhưng bàn chân vẫn đau...Nếu không có em chắc anh đã chết vì kiệt sức*".

Dựa lưng vào góc cây, tôi ráng nhắm mắt lại định thần mà không thể nào ngủ lại được. Những gì trải qua ở hai ngày vừa qua cứ hiển hiện ám ảnh trong tâm trí tôi. Trong lúc lim dim nửa tỉnh nửa mê, tôi nghe như ai gọi tôi khe khẽ "*Anh ơi.. Anh ơi"*. Mở mắt ra nhìn về phía tiếng gọi, tôi nhận ra một người thanh niên đang ngồi cách đấy vài mét. Không biết anh ta có mặt ở đó từ lúc nào...Thấy tôi mở mắt nhìn, anh ta hỏi *" Có phải các anh mới bị giải tới đây tối hôm qua không?"*. Không trả lời, tôi chỉ gật đầu. Anh ấy nói thêm là ảnh cũng bị giải tới đây vào chiều hôm qua. Biết anh cùng cảnh ngộ, tôi yên tâm tin tưởng mới chịu bắt chuyện.

Anh ấy kể cho tôi rằng anh là người Khmer Trà Vinh (người Việt gốc Khmer sinh sống tại tỉnh Trà Vinh). Gia đình nghèo và sắp bị bắt đi bộ đội, anh ta quyết định vượt biên. Anh nói thông thạo tiếng Việt lẫn tiếng Campuchia. Tôi kể cho anh tôi là học sinh lớp 12 đang chuẩn bị thi đại học thì nhờ người bà con tổ chức mà tôi và gia đình rất tin tưởng nên phải bỏ học nửa chừng để theo chân họ vượt biên. Còn anh ta lại kể cho tôi rằng nhờ vốn nói thông thạo tiếng Campuchia, anh biết được nhiều tin rất giá trị từ những cuộc tiếp xúc với lính Pol Pot: "*Tụi mình hên lắm, nếu như tụi mình đến đây vào vài tháng trước thì có lẽ đã bị giết hết rồi!* ". Anh kể thêm khi thua trận, tàn quân Pol Pot trốn vào rừng. Họ không đủ thực phẩm để ăn, mọi viện trợ đều đến từ

Trung Quốc. Nhưng vì viện trợ không đủ nên cuộc sống của họ rất đói khổ; mặt khác, họ rất căm thù Việt Nam. Lúc đó mà gặp bất cứ ai là người Việt, họ đều giết gọn. Sau này nhờ có Hội Hồng Thập Tự quốc tế can thiệp bằng cách đưa ra điều kiện cụ thể: cứ mỗi người tị nạn thì có thể trao đổi được 40 bao gạo.

Bây giờ tôi mới hiểu tại sao tên lính Pol Pot đã kề dao tới cổ tôi và rồi lấy dao lại. Thêm vào đó bọn họ đã bỏ ra công sức ngày đêm đưa chúng tôi tới đây. Anh ấy cho biết thêm rằng vài ngày nữa là kỳ hẹn họ sẽ chuyển những người đang bị nhốt ở đây sang trại tập trung...Tôi nhìn liếc qua quang cảnh xung quanh và biết đây là khu quân sự...

Kín đáo chuyện trò như thế một chút rồi chúng tôi không nói với nhau nữa. Tôi dựa vào góc cây, nhắm mắt lại để hy vọng cố gắng quên đi những gì đã xảy ra mấy ngày qua.

Cá nhân đang đói lắm, tôi nghĩ chắc có lẽ mấy người trong nhóm chúng tôi cũng vậy. Khoảng gần trưa, bọn lính Pol Pot đem cơm và muối tới cho chúng tôi ăn. Ăn xong là tôi lại bò đến góc cây nghỉ mệt tiếp.

Trưa hôm đó, trong lúc mọi người đang ngồi dưới góc cây, tôi thấy một nhóm lính Pol Pot tiến về phía chúng tôi. Họ bắt chúng tôi xếp hàng. Anh người Khmer Trà Vinh đứng gần tôi. Một tên chỉ huy trong nhóm lính Pol Pot đến kiểm tra từng người chúng tôi. Tiến đến tôi, tự nhiên tên chỉ huy đó la lên *" Tề hiên. Tề hiên!"*. Thế là mấy tên lính Pol Pot bắt đè tôi xuống. Tôi chẳng hiểu ất giáp gì cả: Tại sao mấy người cùng nhóm thì không sao mà đến tôi thì bỗng xảy ra vậy.

Tên chỉ huy ra dấu bảo tôi lột quần ra đưa cho hắn coi. Trên người tôi bây giờ chỉ còn có cái quần xà lỏn và cái áo rách tả tơi. Vừa xem xong thì hắn ra lệnh trói tôi lại. Đúng lúc đang bị trói, tôi chợt nhớ ra người bạn Khmer Trà Vinh đứng kế bên nói được tiếng Campuchia. Tôi vội cầu cứu " *Anh ơi, anh giúp hỏi giùm là tại sao họ trói tôi*". Thấy quá tội nghiệp, anh ấy bật nói tiếng Campuchia với mấy tên lính Pol Pot. Rồi sau đó anh ta giải thích: *" Viên chỉ huy phát hiện quần của anh là quần của lính bộ đội Việt Nam. Họ nghi anh là điệp viên Việt Nam trà trộn vào với những người vượt biên"*. Như bị sét đánh, tôi đơ người ra! Đâu có ngờ cái quần cũ của anh xích lô trước nhà lại là quần lính bộ đội Việt Nam! Chỉ vì cái quần "quái đản" này mà tôi phải mất mạng sao! Tôi vội phân bua nói rằng để giả dạng làm lơ xe, tôi đã đổi quần áo với ông đạp xích lô trước cửa nhà. Anh Khmer Trà Vinh nghe xong không nói gì cả rồi nhìn xuống đất. Tôi năn nỉ lần nữa, nhờ anh giải thích giùm tôi. Thật tình là anh ấy hoàn toàn tin vào tôi nhưng chính anh cũng đang quýnh quáng quá nên anh cứ êm miệng không sao mở miệng được lời nào nữa!

Bị đè xuống mặt đất, tôi không còn trông thấy gì nữa cả. Giữa giây phút tuyệt vọng ấy, tôi chợt nghe vài tiếng Campuchia phát ra từ anh người Khmer Trà Vinh. Chả biết được anh ấy nói gì với họ. Thì vài phút sau người chỉ huy đến nhìn tôi lần nữa. Lần này hắn nắm tóc tôi rồi nhìn mặt tôi, soi mói rất kỹ. Trừng trừng ngó xong hắn nói "*chê chiên*" rồi ra lệnh cho đàn em cởi trói cho tôi. Hắn quăng cái quần lính của tôi vào một bụi cây, vớ lấy một cái quần cũ đang phơi gần đó quăng lại cho tôi rồi bỏ đi.

Khi tất cả bọn lính Pol Pot đã bỏ đi xa, tôi hoàn hồn lên tiếng cám ơn người bạn Khmer Trà Vinh. Tôi hỏi anh "*tề hiên*" và "*chê chiên*" là gì. Anh cho biết: *"tề hiên là lính, còn chê chiên là dân"*. Bấy giờ tôi mới hiểu tại sao tôi được tha: Chỉ may mắn nhờ vài câu giải thích của anh bạn Khmer Trà Vinh mà đã cứu được mạng tôi! Cám ơn Bề Trên đã phù hộ cho tôi!

*

Như những kẻ tù binh, tất cả chúng tôi ngồi lại gần góc cây và gục đầu xuống. Không ai nói chuyện với ai. Cứ thế. Thời gian cứ nặng nề trôi qua mà chúng tôi kể như buông xuôi tất cả, chẳng biết phải làm gì khác, mặc chuyện gì đến sẽ đến.

Cũng giống như buổi trưa, cơm chiều hôm đó vẫn chỉ ít cơm và muối không. Ăn xong, hai người Hoa Chợ Lớn ngồi gần nói chuyện với nhau. Em tôi ngồi một mình nhìn mông lung vào thinh không. Không biết em tôi đang nghĩ gì. Có lẽ nó nhớ nhà lắm...Không biết nó có hối hận vì đã trót đi theo tôi...Mà cũng chẳng biết người em bạn dì của tôi đang nghĩ gì. Nét mặt của nó lộ vẻ buồn và lo lắng. Có lẽ nó lo cho anh nó hiện giờ không biết ra sao vì đã bị thất lạc từ lúc người dẫn đường bỏ rơi chúng tôi. Riêng cá nhân tôi thì cứ sợ không biết bọn lính Pol Pot này có quay lại hành hạ tôi nữa không. Tôi vừa sợ mà cũng vừa tiếc vì cái quần "quái đản" kia có vàng giấu ở trong đó. Vàng giấu trên người của anh em tôi thì đã bị cướp hết rồi, bây giờ chỉ còn lại vàng trong cái quần đó nữa thôi mà nay lại cũng bị quăng vào góc cây cách tôi khoảng 20 mét...Tôi cứ băn khoăn quẩn quanh mãi như vậy trong tâm trí mà mặt trời lặn mất từ lúc nào cũng không hay biết.

Đêm đó tôi trằn trọc đến khuya. Nỗi lo sợ suýt nữa bị giết vì bị tình nghi là gián điệp vẫn đang còn sôi nổi ám ảnh, rồi tôi còn tiếc số vàng trong cái quần lính của tôi...Lúc chiều nỗi buồn và lo âu của người em bạn dì khiến tôi xúc động: Ít nhất bây giờ hai anh em tôi vẫn còn có nhau, còn anh nó thì đã bị thất lạc...Rồi không biết nó còn vàng trong người không...Hôm qua tôi có mượn nó sợi dây chuyền cho tên lính Pol Pot để được uống nước và ăn cơm: Chỉ hớp được vài ngụm nước xình đen như cà phê và được một nắm cơm nguội, chừng nấy cũng đủ giúp tôi phần nào thêm sinh lực để đi tiếp thêm một đoạn đường nữa...Chính đoạn đường đó là đoạn đường sinh tử của tôi...Cám ơn người em bạn dì đã cho tôi mượn sợi dây chuyền định mệnh ấy: Nếu không có vũng nước xình và vắc cơm nguội đêm hôm đó thì chắc tôi đã kiệt sức và bị bỏ rơi trước khi có cơ hội gặp được ánh đèn...

Cứ miên man như vậy mà trằn trọc tới khuya, mọi người đã mê mệt ngủ hết. Nhìn về phía bụi cây nơi mà cái quần "quái đản" bị quăng vào đó, tôi quyết định làm một việc rất dại dột mà đến bây giờ tôi cũng không nghĩ được tại sao mình lại đủ can đảm hành động như vậy: Quyết định lấy lại cái quần đó! Và nhất là tôi phải hành động ngay trong đêm nay vì ban ngày lúc nào cũng có tên gác cổng gần cái bụi cây nơi mà cái quần tôi bị quăng ở đó. Ngày mai nếu phải bị chuyển trại thì đâu còn cơ hội nào lấy lại nó nữa!..

Đêm đó có ánh trăng. Nhờ ánh trăng mờ mờ mà tôi có thể tự mình lần mò tới cái quần. Chân đau đi không được, tôi bắt đầu bò từ từ về phía bụi cây. Đêm khuya thanh vắng ngằn ngặt không một tiếng động. Mình tôi cứ thế bò đi chầm chậm. Bò qua mấy cái lều, tôi chợt nghe tiếng ngáy nho nhỏ của ai đó. Hướng nhìn về phía ấy, tôi kinh hoảng phát hiện ra là ba bốn tên lính Pol Pot đang ngủ ngáy trong đó. Súng của chúng được treo trên mấy cột tre gần chỗ chúng ngủ. Tim tôi đập thình thịch: Buổi trưa hôm qua bọn chúng đã tha mạng tôi một lần rồi. Bấy giờ mà bị chúng bắt gặp nữa thì chết chắc!

Tôi sợ quá muốn quay đầu lại nhưng dù sao tôi cũng đã bò được hơn nửa quãng đường rồi. Và tôi tự nghĩ rằng không có vàng thì làm sao tôi có thể sống còn trong những ngày tới, làm sao tôi có để trả lại số vàng đã chót mượn người em bà con bạn dì của tôi...Thôi thì lỡ đã leo lưng cọp rồi, tôi phải làm liều. Một liều ba bảy cũng liều...Tôi cứ bò tiếp tục mà trong bụng đánh lô tô, mong sao Trời Phật phù hộ cho tôi...

Vài phút sau bò tới được bụi cây, tôi bắt đầu quơ tay loạn xạ mò cái quần của tôi. Cám ơn Trời Phật, mà sao tay tôi đã chạm tới cái quần "quái đản" đó!

Tôi bắt đầu bò về lại chỗ của mình... Đêm khuya vẫn bằn bặt không một tiếng động. Ngay cả tiếng côn trùng cũng không có. Chỉ vỏn vẹn tiếng thở ngáy nho nhỏ của mấy tên lính Pol Pot...Ánh trăng đã giúp tôi bò về lại được gốc cây của tôi. Rồi vội vã giấu cái quần vào trong bụi cây gần kế bên, tôi thiếp đi đến sáng.

*

Ăn cơm trưa xong, vẫn cơm với muối. Bọn lính Pol Pot bắt đầu ngả lưng ngủ trưa. Tôi lén moi cái quần ra từ bụi cây kế bên. Mấy người trong nhóm ngạc nhiên khi thấy cái quần đó. Tôi kể hết chi tiết tôi đã hành động hồi khuya hôm qua cho họ biết. Mọi người đều cho là tôi quá liều lĩnh. Tôi dự tính phải lấy vàng ra rồi mới thủ tiêu cái quần đó. Nhìn xung quanh tôi vớ được một mảnh ve chai nhỏ, dùng nó cắt chỉ ở lưng quần để moi lấy vàng ra.

Một đứa bé người Campuchia khoảng bốn tuổi ở đâu đến đứng nhìn chúng tôi với cặp mắt tò mò: Có lẽ là nó chưa bao giờ gặp người Việt như đám tôi. Tiếp tục cắt gỡ chỉ may ở lai ống quần thứ nhất rồi từ từ mò được vàng ra, tôi để vàng trên cục đá nhỏ trước mặt và tiếp tục cắt chỉ lai quần của ống quần thứ hai. Đứa bé biến mất khi nào tôi không rõ...

Những miếng vàng của ống quần thứ hai sắp lấy ra được, tôi chợt nghe những tiếng la ó của vài tên lính Pol Pot đang chạy về phía chúng tôi. Em tôi thấy vậy, nó vội chụp lấy cái quần tôi đang lấy vàng ra và định giấu vào bụi cây gần kế bên nhưng quá trể vì bọn lính Pol Pot đã ập tới. Một tên lính Pol Pot phát hiện ra cái quần lính nầy là cái quần mà ngày hôm qua bọn chúng đã vứt vào bụi cây. Hắn tức giận rồi đá em tôi một phát làm em tôi té xuống đất. Bọn chúng lấy hết vàng và cái quần rồi bỏ đi. Tôi và mấy người trong nhóm chỉ biết nhìn thương xót cho em tôi nhưng không làm được gì cả vì quá sợ. Té ra là đứa bé bốn tuổi đó đã chạy về lều để báo cho ba nó biết.

Lại mất hết vàng mà còn bị đánh nữa. Anh em tôi cốt khỉ vẫn hoàn cốt khỉ. Bao nhiêu vàng ba má tôi đưa cho hai anh em đi vượt biên bây giờ đã bị cướp hết. Em tôi từ từ bò lại góc cây và nằm ở đó. Chắc có lẽ nó đau lắm! Tôi nhìn em tôi mà rơi nước mắt. Quá não nề trước hoàn cảnh, tôi gục đầu vào góc cây kế bên và thiếp đi lúc nào cũng không hay... Buổi cơm chiều hôm đó vẫn như thường lệ: cơm và muối.

# CHƯƠNG 5
## Đã đến được bầu trời tự do

Đêm xuống, tôi trằn trọc mà đầu óc rối rắm, vừa mù mờ trong viễn tượng cho những ngày sắp tới vừa âu lo không biết gia đình mình ở Việt Nam bây giờ ra sao: Hai anh em tôi vắng mặt thì bọn công an có đến nhà quấy nhiễu ba má tôi không? Không biết em tôi có hối hận vì xin vượt biên với tôi hay không? Mấy người trong nhóm vượt biên của tôi có phải khốn khổ như tôi không? Cái bàn chân tôi sau mấy ngày nay không được chữa trị, nó sưng tấy và đau buốt lắm... Nhìn xung quanh, ai cũng ngủ say, chỉ riêng tôi cứ trằn trọc suốt đêm. Có lẽ hiện tôi là kẻ khốn nạn nhất...

Sáng hôm sau, hai tên lính Pol Pot đến bảo mọi người xếp hàng. Anh Khmer Trà Vinh thông dịch cho biết là chúng tôi chuẩn bị để di chuyển tới trại tập trung. Thế là một tên lính dẫn đầu rồi tới sáu người chúng tôi, một tên lính khác đi cuối cùng. Chuyến dẫn đường này khác với những chuyến dẫn đường ba ngày trước vì nhờ có anh Khmer Trà Vinh thông dịch nên hai bên dễ trao đổi và hiểu được nhau muốn gì.

Vì cái bàn chân đau, lúc nào tôi cũng là người đi sau cùng trong nhóm. Em tôi vẫn phải dìu tôi như mấy lần trước mặc dù bàn chân của em tôi cũng đã sưng rất nhiều. Mấy ngày nay trời không mưa nên đường mòn cũng khô ráo. Và càng đi tới, rừng càng thưa dần. Được báo là trại tập trung nằm ở nơi ven rừng trước mắt, vậy thì chúng tôi đoán là sắp tới rồi.

Cơn đau ở bàn chân vẫn hành hạ khiến tôi cứ vật vã. Nếu không có em tôi dìu thì chắc chắn là tôi không còn di chuyển nổi nữa. Như đám tù binh bị áp tải, chúng tôi cứ lẳng lặng thất thểu đi. Không một ai còn sức để lên tiếng với ai nữa, mà trong lòng chúng tôi ai cũng cầu mong sao tới được Thái Lan càng sớm càng tốt. Mấy ngày không được tắm rửa, chúng tôi chẳng những lam lũ mà còn hôi hám. Những vết bùn đọng khô trên áo tôi hòa lẫn với mồ hôi nhiều lần trong người túa ra nhớp nháp khiến chính mình mất cảm giác luôn! Bàn chân không dép đang sưng mà vẫn phải lê bước tới, tôi hoa mắt hổn hển thở...Tôi hoàn toàn cảm nhận đến tận cùng khốn khó, như mình đang phải chịu đựng một cực hình trên chặng đường khổ ải tìm đến tự do... Nếu mà biết trước chuyến vượt biên bị khổ nạn như thế này thì hẳn rằng tôi đã chẳng dám dấn thân mình...Còn bây giờ dù có muốn bỏ cuộc nửa chừng cũng không được. Thôi cũng đành. Đã chót phóng lao rồi thì phải theo lao, chứ biết làm sao bây giờ...Nghĩ vậy tôi chỉ biết tự an ủi mình: Phải ráng lên chút nữa, may ra đến được trại tập trung sau đó rồi từ từ sẽ đến Thái Lan thôi...

*

Đúng vậy. Trưa hôm đó rồi chúng tôi cũng lết tới được trại tập trung. Hai tên lính Pol Pot giao chúng tôi cho nhóm lính Pol Pot khác rồi họ trở về. Nơi đây vẫn dưới sự kiểm soát của tàn quân Pol Pot. Và đã có độ vài chục người vượt biên như chúng tôi đang tập trung tại đây. Sáu đứa chúng tôi mới tới được phát cho một bịch gạo, một chai dầu ăn và một cái hộp quẹt. Chúng tôi lượm được một cái ly nhựa cùng một cái thùng dầu ăn bằng sắt của ai đó vứt vật vạ gần mình nhất để biến nó thành cái nồi. Hai thứ này có lẽ do những người đến đây trước xử dụng xong rồi vứt bỏ lại.

Việc đầu tiên phải làm là chúng tôi chia nhau kiếm cách nấu cơm ăn trước đã. Mỗi người một việc lo cho buổi cơm trưa: Nơi đây là bìa rừng và cạnh một cái ao nhỏ. Chúng tôi sử dụng luôn cái thùng vốn để đựng dầu ăn làm nồi, xuống ao vo gạo, lấy nước và kiếm củi, bẻ nhánh cây làm đũa nấu cơm. Ăn xong, lại dùng cái thùng ấy đựng nước ao nấu thành nước uống. Trưa hôm đó chúng tôi lại dùng cái thùng đó múc nước lên tắm và giặc quần áo.

Sáu người chúng tôi ai hiện cũng chỉ có mỗi một bộ quần áo đang mặc trên người. Là đàn ông con trai như anh em chúng tôi đây thì chuyện tắm rửa - giặt quần áo quả là giản tiện. Nhưng nếu là đàn bà con gái thì sao? Tôi cảm thấy thương xót cho những người phụ nữ hiện còn đang bị giam giữ trong trại này...

Trong trại gồm nhiều nhóm vượt biên được chuyển đến trước sau khác nhau. Nhóm nào phải tự lo cho nhóm đó. Chỉ có lẽ việc cơm nước thì không khác, tất cả đều lệ thuộc vào nguồn nước ở dưới cái ao cạnh trại. Dò hỏi thì tôi biết được nhóm ở đây lâu nhất là mười ngày, và cứ mỗi ngày lại có thêm vài người đến. Cho đến khi nào đông đủ thì hội Hồng Thập Tự quốc tế mới cho phái đoàn đến rước. Nhìn xung quanh trại hiện cũng khá đông rồi, tôi đoán chừng sẽ không lâu nữa là phái đoàn sẽ đến nhận chuyển chúng tôi đi.

Nhóm chúng tôi bàn nhau phải chịu khó đi bẻ lượm những nhánh cây, tạo thành một cái lều nhỏ đơn sơ để cả nhóm có thể tạm trú ngủ vào ban đêm. Tối hôm ấy mưa không lớn lắm nhưng đủ khiến cả nhóm chúng tôi ướt cả người. Lạnh quá chúng tôi phải ngồi sát gần nhau, gà gật đợi cho tới sáng.

Hôm sau, nắng lên. Tôi ra ngoài phơi nắng cho ấm người. Em tôi nằm trong lều cùng với mấy người khác. Hai người Hoa Chợ Lớn nói không rành tiếng Việt nên họ cũng it trao đổi chuyện trò với chúng tôi. Người em bạn dì của tôi đến ngồi ở góc cây gần đó. Không ai nói chuyện với ai. Mỗi người có tâm tư riêng cho mình. Riêng tôi luôn bận tâm lo lắng cho bàn chân tôi bị thương từ ngày đầu vào rừng. Hôm nay đúng năm ngày mà chưa có thuốc men gì cả, bàn chân tôi sưng múp lên mọng nước và đau nhức liên tục. Chắc hiện chứa nhiều mủ trong đó. Tôi sợ nếu không kịp thời điều trị thì bàn chân mình có thể bị thối rữa mất! Chỉ mong sao mau thêm nhiều người vượt biên đến, đủ túc số ấn định thì Hồng Thập Tự tới đem chúng tôi đi càng sớm càng tốt.

Trưa đến, có thêm một nhóm người cũng do bọn lính Pol Pot đem tới. Mừng quá, tôi ráng lết tới nghe ngóng tình hình: Nhóm mới tới được bảy, tám người; trong đó có hai cô gái. Thấy hai cô gái uể oải gần như kiệt sức, tôi xót thương trong lòng .. nhưng chính bản thân tôi cũng là nạn nhân thương tích đau đớn... Hôm qua, mấy người vào trại trước kể cho tôi nghe nhiều câu chuyện thương tâm của những cô gái vượt biên bằng đường bộ. Tôi tự than thầm, không biết người Việt mình sẽ phải chịu khổ ải như thế này đến bao giờ nữa đây...

Đêm hôm đó may sao là một đêm êm ải, không mưa. Tôi ngước nhìn lên những vì sao lấp lánh trên bầu trời và thầm cầu mong sao cho chúng tôi được rước đến trại tị nạn Hồng Thập Tự càng sớm càng tốt...Chỉ một lát sau, mệt quá tôi lim dim và chìm vào giấc ngủ tự hồi nào không hay biết.

Sáng sau, mới vừa thức dậy, tôi thấy mấy tên lính Pol Pot chạy tới chạy lui lo dọn dẹp khu trại. Thỉnh thoảng tên chỉ huy đến nói năng gì đấy với rải rác mấy người vượt biên chúng tôi ở các nhóm khác nhau. Cuối cùng dò hỏi, có người đoán, có thể hôm nay hội Hồng Thập Tự sẽ đến rước. Tất cả đều xôn xao khi biết được tin này. Họ đều như òa lên mừng rỡ!

*

Độ khoảng 10 giờ sáng, thấy từ xa xa có đám bụi đường tung lên không trung.

Vì còn khá xa nên chưa ai thấy rõ đám bụi đó thế nào. Mọi người trong trại nhốn nháo đoán là phái đoàn Hồng Thập Tự quốc tế đem xe đến rước! Có tiếng gợi ý, hỏi nhau ai mắt sáng và khỏe nhất có thể leo lên cây ngóng xem đám bụi đó là gì. Một em nhỏ có vẻ lanh lợi tình nguyện leo lên cây nhìn về phía đám bụi xa xa đó. Em kể là em thấy vài chiếc xe hơi treo cờ chữ thập đỏ. Cả trại reo mừng: Chúng ta sắp được cứu rồi!

Khoảng nửa tiếng sau, nghe có tiếng nói rân vang phát ra từ mấy lùm cây ngoài trại. Một đám người xuất hiện, họ tay cầm máy vô tuyến và nói chuyện liên tục ồn ào. Trước mắt tôi bắt đầu hiện ra là vài người da trắng, mấy người trang phục quân đội, nhưng không giống như lính Pol Pot. Mọi người kháo nhau, có lẽ họ là lính Thái Lan. Họ đến nói chuyện với cấp chỉ huy của lính Pol Pot.

Độ 15 phút sau, chúng tôi được lệnh ra xếp hàng đi theo nhóm người da trắng và lính Thái Lan tới mấy chiếc xe đậu cách trại không xa. Nhìn thấy lá cờ Hồng Thập Tự và cờ Thái Lan trên mấy chiếc xe đó, chúng tôi vui mừng vô cùng. Có người không cầm được nước mắt đã bật khóc nức nở. Chúng tôi được lần lượt cho lên xe chở đi ra khỏi khu trại tập trung.

Mừng rỡ tởi mở! Thật không lời nói nào có thể diễn tả hết niềm cảm xúc dâng lên trong lòng những người vượt biên vừa đến được bầu trời tự do: Bầu trời tự do đang rộng mở trước mặt! Em tôi cảm động run run giọng*: "Anh Năm ơi, mình đã đến Thái Lan rồi!*". Tôi ôm em tôi vào lòng, nước mắt tôi tràn ra đầy mặt…

Cám ơn em Sáu đã vượt biên với tôi. Nếu không có em, chắc tôi đã bỏ xác giữa rừng rồi!. Cám ơn những người bạn trong nhóm đã cứu mạng tôi khi mọi người cùng khốn khổ. Cám ơn anh bạn Khmer Trà Vinh đã cứu mạng tôi trong lúc thập tử nhất sanh vì cái quần "quái đản". Cám ơn những người dân buôn Campuchia đã chỉ đường và cho tôi nước uống. Ôi! Cái giá mà chúng tôi phải trả để đổi lấy được tự do thật là ngoài sức tưởng tượng. Tôi cứ mê man trong niềm hân hoan rằng mình đã đến được bầu trời tự do...Khu rừng Sisophon, khu rừng của tử thần, đang từ từ xa dần và khuất dạng.

*

Phái đoàn Hồng Thập Tự đưa chúng tôi đi mà chúng tôi chẳng còn biết là mất bao nhiêu thời gian nữa rồi đến một nơi khác gần bìa rừng. Xung quanh không có dân cư ở. Trước mặt là một giao thông hào bề ngang khoảng mười mét và bề sâu khoảng ba mét. Nó dài hun hút khuất cả tầm mắt nhìn. Sau này tôi mới được xác nhận đấy là giao thông hào nằm trên ranh giới giữa Thái Lan và Campuchia. Nó dùng để ngăn chặn sự tiến quân của bộ đội Việt Nam vào lãnh thổ Thái Lan. Trại của chúng tôi nằm về phía đông của giao thông hào ấy: Như vậy là chúng tôi vẫn còn ở trên phạm vi của lãnh thổ Campuchia. Trại tị nạn có tên là NW9. Có nghĩa là North West 9. Cho đến tận bây giờ tôi vẫn chưa rành rẽ là vì sao nó lại có cái tên đó.

Chúng tôi được đưa bước qua cây cầu bắt ngang giao thông hào để vào trong trại. Nhiều người trong trại thấy chúng tôi đến, họ chạy ra tìm xem coi có thân nhân nào của họ mới đến chăng. Bỗng dưng tôi nghe tiếng kêu vang lên từ người em bạn dì của tôi "A*nh Bạc! Anh Bạc!*"

Bạc chạy tới ôm lấy em của mình (Quân). Hai anh em òa lên khóc sướt mướt. Người này tưởng người kia đã chết sau khi thất lạc nhau. Riêng Bạc thì may mắn đến được Thái Lan trước mà không bị bọn lính Pol Pot bắt.

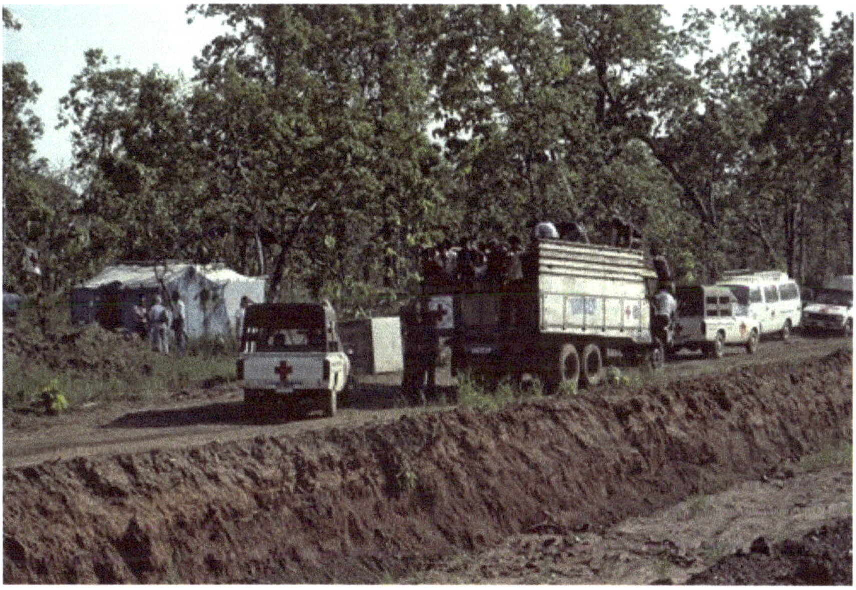

*Hình các xe tải của hội Hồng Thập Tự Quốc Tế đưa người tị nạn đến và đậu tại giao thông hào trước trại NW9 do Yannick Muller chụp vào năm 1980.*

Nhân viên trại lần lượt phát cho chúng tôi nhu yếu phẩm cần thiết rồi chỉ định chúng tôi vào một cái lều trong trại. Bốn anh em chúng tôi ở chung một lều cùng với hai người khác. Mấy người trong nhóm chúng tôi bắt đầu đi tìm và khiêng mấy cây tre về làm thành cái giường dã chiến. Riêng tôi thì được đưa ngay đến trạm y tế. Đó là một căn phòng đơn sơ do một bác sỹ và một y tá Việt Nam tị nạn trông nom. Ông bác sỹ cho biết là nếu đến trễ một thời gian nữa, bàn chân tôi có thể thối rữa thì bắt buộc phải bị cưa bỏ! Sau khi được sát trùng cạo rửa kỹ vết thương, ông bảo cứ vài ngày lại đến để y tá thay băng cho.

Từ đó tôi cứ đi cà nhắc khắp trại, từ việc lãnh cơm - lãnh nước, đến chuyện lên phòng quản trị của trại để xem tin tức, hoặc rảo ra tiếp xúc với những đợt tị nạn mới vào được trại.. v.v…Vết thương tôi khá nặng và thiếu dinh dưỡng nên phải được chăm sóc kỹ mất hơn mấy tháng mới lành. Mọi người trong trại đặt cho tôi cái biệt danh là "Năm nhắc", tên Năm đi cà nhắc!

*

Cuộc sống trong trại càng ngày càng tệ hơn vì số người đến càng ngày càng đông mà hội Hông Thập Tự xem ra lại không đủ điều kiện để lo cho quá nhiều người một lúc ở trong trại: Số gạo được cung cấp vào trại hàng ngày là do mua được trực tiếp từ của nông dân Thái ở địa phương nên không bao giờ đủ được. Hội Hồng Thập Tự cố gắng liên lạc với trung ương và chính quyền Thái Lan để có thể thiết lập một chuỗi cung cấp gạo và thực phẩm thu mua từ những thành phố lớn. Trong thời gian chờ đợi, những người tị nạn trong trại NW9 chỉ sống nhờ vào thực phẩm do những gì tại địa phương quanh vùng có thể cung cấp được.

Trong vòng mấy tuần vào trại, chúng tôi chỉ được phát mỗi người được bốn lit nước và một tô cơm trắng mỗi ngày cho sáu người. Mỗi lần lãnh cơm về chúng tôi đặt tô cơm lên sàn nhà để chia đều cho sáu cái chén xung quanh. Anh lớn nhất trong nhóm lấy muỗng cơm múc từng muỗng bỏ vào chén từng người, cứ thế lần lượt múc xoay vòng cho đến khi hết cơm trong tô. Trại trưởng khuyên chúng tôi ráng chịu đựng cho đến khi gạo từ trung ương được bắt đầu chở đến.

Thiếu thực phẩm, thiếu nước, thiếu thuốc men, thiếu vệ sinh. Nếu sống như thế kéo dài một thời gian nữa thì thế nào cũng có người chết vì đói khát hay bệnh dịch. Ruồi bay như kiến. Lúc ăn - lúc chia cơm chúng tôi phải cùng nhau lấy tay quạt đuổi ruồi lia lịa.

Tôi và em tôi tuổi đang sức lớn. Mỗi ngày chỉ được một chén cơm vơi thì thử hỏi liên tục lâu dài như vậy làm sao anh em tôi chịu đựng nổi. Chúng tôi gầy còm như những người tù thiếu ăn. Chúng tôi phải cứ cắn răng chịu đựng. Rất nhiều đêm tôi cứ nằm chiêm bao thấy cứ tưởng mình còn đang sống ở với gia đình ở Sài Gòn. Ba má tôi không giàu lắm nhưng bao giờ cũng đủ lo cho chúng tôi một ngày ba bữa cơm. Chỉ đến lúc ấy anh em tôi mới sống xa nhà. Đây là lần đầu tiên rời khỏi gia đình và tôi đã nghĩ rằng đây cũng là lần vĩnh biệt, sẽ không bao giờ có cơ hội gặp lại. Tỉnh giấc chiêm bao thì quá não nề với hoàn cảnh hiện tại, tôi lại ước gì đừng cho tôi thức dậy nữa!

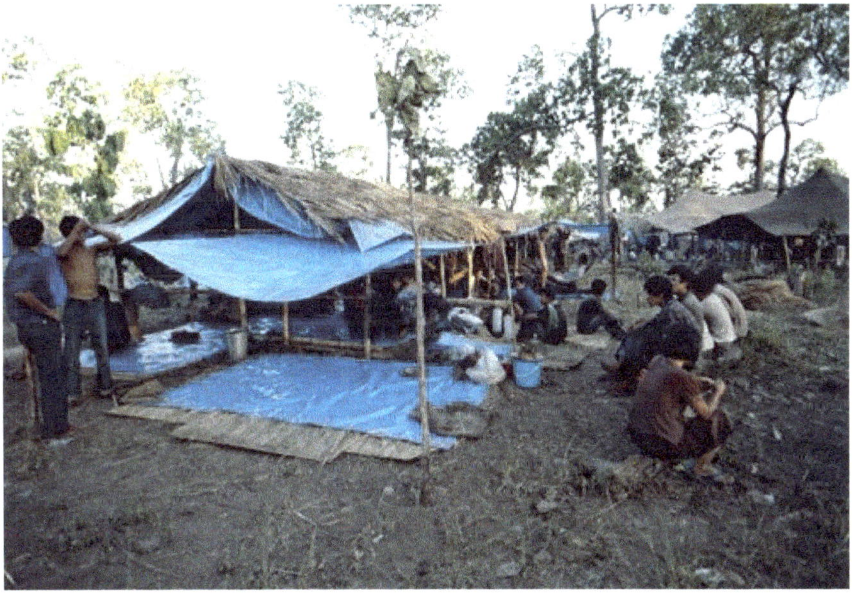

*Hình một căn lều của người tị nạn trong trại NW9 do Yannick Muller chụp năm 1980*

Thế rồi chính phủ Thái Lan chính thức cấp quyền tị nạn cho những người vượt biên đường bộ. Nên từ đó tôi mới thấy có nhiều xe cứu trợ thay phiên nhau đến trại. Chế độ ăn uống của chúng tôi nhanh chóng được hồi phục: Cơm thì dư ăn và luôn có thêm cả canh nữa. Nước thì mỗi người được 15 lít một ngày. Vệ sinh trong trại cũng được cải thiện rõ. Và vết thương ở bàn chân của tôi từ từ lành lại. Bang đêm trại không đèn và không điện. Đêm nào có ánh trăng thì chúng tôi tụ họp nói chuyện cho đến khuya. Còn đêm nào không có ánh trăng thì chúng tôi đi ngũ sớm khi trời vừa tối. Cứ thế chúng tôi sống cho qua ngày tháng...

Thời gian sống trong trại NW9, tôi rất vui gặp lại vài người bạn khi chúng tôi còn nhỏ sống cùng xóm ở Gò Dầu. Nhưng niềm vui đó không trọn vẹn khi tôi biết được tin buồn là một người bà con xa của tôi và một người bạn ở Gò Dầu đã vượt biên bằng đường bộ trước tôi hai tháng và đã không bao giờ đặt chân đến được bầu trời tự do vì đã nhiều tháng trôi qua mà không có tin tức gì của hai người đó. Có lẽ họ đã chết.

Lúc vừa đến trại, hội Hồng Thập Tự có phát cho anh em tôi một phong bì dán tem Hồng Thập Tự, để viết thư về báo tin cho gia đình biết mà yên lòng là chúng tôi đã tới được trại tị nạn nhưng hơn mấy tháng sau mà vẫn chưa nhận được thư hồi âm. Cuộc sống ở trại NW9 này buồn lắm: Cứ ăn rồi đợi để được chuyển trại vào sâu vô lãnh thổ Thái Lan. Còn xung quanh trại này toàn là rừng và vẫn nằm trong lãnh thổ Campuchia. Mặc dù đội lính gác trại đều là lính Thái Lan, và nhân viên Hồng Thập Tự đến thăm viếng thường xuyên nhưng tâm trạng chúng tôi vẫn phập phòng lo sợ bọn Pol Pot hay bộ đội Việt Nam có thể tấn công bất cứ lúc nào.

*

Một hôm gần tới bữa cơm chiều, chúng tôi nghe những tiếng súng bắn nhau và tiếng đạn pháo kích xa xa vọng lại. Có lẽ đây là cuộc chạm súng giữa quân đội Thái Lan và bộ đội Việt Nam ở nơi nào đó quanh vùng...Tiếng súng càng lúc càng tiến gần tới trại...Bỗng có một tiếng nổ khá lớn. Mọi người hoảng sợ bỏ trại chạy qua giao thông hào để vào lãnh thổ Thái Lan. Nhưng giao thông hào quá sâu, nhảy xuống đã khó mà leo lên lại càng khó hơn. Cả ngàn người trong trại hốt hoảng tranh nhau băng qua nó. Cảnh tượng vô cùng hỗn loạn: Tiếng khóc thét lên bằn bặt của những đứa trẻ thất lạc cha mẹ cộng với những tiếng la hét của các ông bà già và phụ nữ vì không sao leo qua được.

Riêng tôi, bàn chân chưa bình phục nên còn bất lực hơn họ. Hoảng sợ vì bộ đội Việt Nam có thể đánh tới, bỗng nhiên tôi nghe tiếng nói *"Anh Năm, đưa tay đây"*. Nhìn về phía tiếng kêu, tôi nhận ra kẻ đó là em tôi. Nó đã leo lên được bên kia giao thông hào. Vốn biết tôi không thể leo qua được, em tôi chạy dọc theo giao thông hào để tìm tôi bất kể tiếng súng đạn vẫn nổ rất gần chúng tôi. Và cuối cùng em tôi đã tìm thấy tôi. Sau khi được em tôi kéo lên, hai anh em ráng chạy về phía lãnh thổ Thái Lan tránh nạn... nhưng chưa tiến được xa thì đã bị lính Thái Lan chặn lại...

Nhưng rồi tiếng súng cũng càng lúc một thưa dần và dứt hẳn. Có lẽ bộ đội Việt Nam đã bỏ cuộc rút lui. Thế rồi quân đội Thái Lan lại đuổi tất cả người tị nạn trở về trại ngay đêm hôm đó. Quá bàng hoàng với hoàn cảnh bất bênh, nguy hiểm luôn bất ngờ xảy đến bất cứ lúc nào, cả đêm tôi ngủ không được.

Thời gian ở đây sao mà dài dằng dặc lê thê và buồn chán quá. Thỉnh thoảng trong lúc nhớ nhà hoặc buồn mông lung cho cuộc sống hiện tại, tôi hát bài NW9 do nhạc sĩ Minh Duy đã sáng tác trong trại này. Bài hát nói lên tâm sự của người tị nạn Việt đang sống ở trại NW9: Buồn, thiếu thốn, lo sợ, cô đơn trong khắc khoải chờ đợi từng ngày từng giờ...Chính tôi đã copy bài hát và lưu giữ đến hôm nay sau 45 năm. Mỗi khi có dịp hát lại nó, tôi vẫn còn nguyên cảm xúc ray rứt trong lòng mình…

*

Những người được ưu tiên nhờ có con nhỏ hay già lớn tuổi thì đã sớm lên danh sách chuyển trại. Tôi thấy vậy thì mừng vô cùng, vì trước sau gì cũng tới lượt chúng tôi. Trên bước đường vô định, bất cứ một chuyển biến tốt nào cũng trao cho người cái hy vọng sống còn ở trước mặt.

Một buổi sáng, cũng như bao buổi sáng nào khác trong mấy tháng qua, tôi lên văn phòng xem danh sách chuyển trại. Tên bốn anh em ruột và anh em họ chúng tôi đều rành rành hiện diện trong danh sách.

Ôi hạnh phúc vô cùng! Tôi chạy về báo cho em tôi và hai người em bạn dì biết. Chúng nó mừng lắm.

Chỉ vài ngày sau, bốn đứa chúng tôi được chuyển qua trại Phanat Nikhom thuộc tỉnh Chonburi, nơi đó chúng tôi được phái đoàn kêu lên phỏng vấn và được chấp thuận định cư ở Mỹ.

Tháng hai năm 1981, chúng tôi bước chân xuống đất nước Hoa Kỳ. Ước mơ định cư ở Mỹ của ba má tôi và anh em tôi bấy giờ đã thành sự thật. Tôi cảm ơn Trời Phật đã phù hộ cho anh em tôi dù đã trải qua biết bao gian khổ hiểm nguy cận kề thì rồi cũng đến nơi đến chốn an toàn. Cám ơn nước Mỹ đã mở vòng tay đón nhận những người tị nạn Việt Nam nói riêng và bao nhiêu dân tộc khác nói chung. Cám ơn hội Hồng Thập Tự quốc tế đã có những toán túc trực ở tận rừng sâu để cứu những người tị nạn chúng tôi. Cám ơn chánh quyền Thái Lan đã thành lập những trại tị nạn để cho chúng tôi tạm trú trong thời gian chờ đợi định cư sang nước thứ ba. Và cảm ơn nhiều hơn tất cả là sự hy sinh của ba má tôi: Quyết định cho hai đứa con vượt biên là một mạo hiểm vô cùng to lớn về tâm tình - tính mạng lẫn tiền của. Bây giờ đây tôi đã lập gia đình và đã có con, tôi mỗi lúc càng thấu hiểu thế nào là tình thương yêu vô bờ bến của ba má tôi.

Thế rồi ước mơ vào đại học của một thư sinh trói gà không chặt như tôi đã thành sự thật. Tôi đã tốt nghiệp được bằng kỹ sư và đi làm được đúng 35 năm. Bây giờ tôi đã về hưu. Đã nhiều lần tôi muốn viết lại hồi ký vượt biên của mình nhưng rồi cũng bằng đó lần tôi bỏ ý định. Bởi có lẽ những thời gian qua tôi vẫn còn bận rộn với cơm áo gạo tiền. Nhưng ký ức tôi chưa bao giờ cho phép quên nó. Bây giờ tôi phải viết lại những gì đã xảy ra trên bước đường đi tìm cuộc sống tự do đầy gian nan hiểm nguy của chúng tôi. Cái giá chúng tôi phải trả cho sự tự do bằng cả sinh mạng của mình. Hy vọng it nhất con cháu tôi sau này hiểu được cha ông chúng đã phải đánh đổi cả mạng sống để có được đời sống tự do đáng sống này.

*

Đã 45 năm trôi qua, tôi cứ tưởng câu chuyện vượt biên để tìm tự do trên thế giới sẽ không còn nữa. Nhưng không, nó vẫn xảy ra ở nhiều nước trên thế giới… Ngay cả đất nước Việt Nam nơi tôi sinh ra, mặc dù cuộc sống đã cải thiện rất nhiều nhưng vẫn còn người muốn bỏ nước ra đi!

*Cầu mong thế giới yên bình để câu chuyện vượt biên không còn nữa.*

*California, 2025*

# Gió Thu

Mùa thu năm 2024, khi tôi đi bộ bên bờ hồ gần nhà và nhìn thấy cảnh lá rơi và rồi cuốn đi theo chiều gió. Buổi chiều hôm ấy ánh trăng nhìn rất diệu hiền. Nhớ lại ngày tôi vượt biên 45 năm trước cũng có ánh trăng nhưng ánh trăng ngày đó quá hãi hung! Chạnh lòng tôi viết lên bài thơ "Gió Thu" nói lên tâm sự của tôi qua bao nhiêu năm xa cách quê hương và sống trên quê hương mới. Hy vọng bài thơ đem lại chút tâm tư của tôi cho người đọc.

*Gió thu gợn sóng mặt hồ*
*Như thời gian vụt - chẳng chờ đợi ai*
*Lá thu theo gió lá bay*
*Đời tôi trôi dạt tháng ngày gian nan...*
*Ngày nào cùng trẻ trong làng*
*Bắn bi đá dế chẳng màng tương lai..*
*Giờ sao nghĩ lại - u hoài:*
*Quê hương xa khuất, nay mai có về?..*
*Nhìn theo chiếc lá - thương ghê*
*Theo chiều gió cuốn biết về nơi nao*
*Như tôi đây chẳng hơn nào*
*Thuận duyên trôi nổi - cưỡng sao số trời...*
*Nhớ ngày bỏ xứ viễn khơi*
*Nguy nan trùm lấp - rối bời tấm thân*
*Nghĩ thương cha mẹ bội phần*
*Hy sinh tất cả - chuốc phiền não thôi*
*Để mong con sớm đắp bồi*
*Phận danh đất khách, rạng ngời xứ ta..*
*Đến nay đời đã nở hoa*
*Cám ơn đất mới xóa nhòa nạn tai...*

*

*Phút giây gió lạnh đôi vai...*
*Sao tôi cứ phải nhớ hoài chuyện xưa?...*

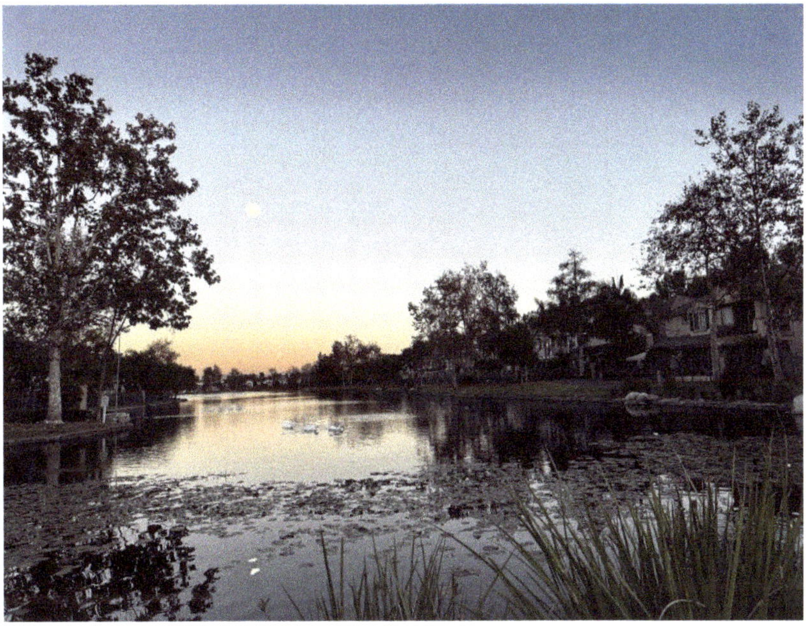

*Đây là tấm hình do tôi chụp cái hồ trong công viên ngay sát nhà gia đình tôi cư ngụ. Hằng ngày hai lần, vào sáng sớm và chiều tối, tôi đều đặn đi tập thể dục ít nhất là hai vòng. Nhìn thấy cảnh lá rơi và rồi cuốn đi theo chiều gió, chạnh lòng tôi viết lên bài thơ "Gió Thu"*

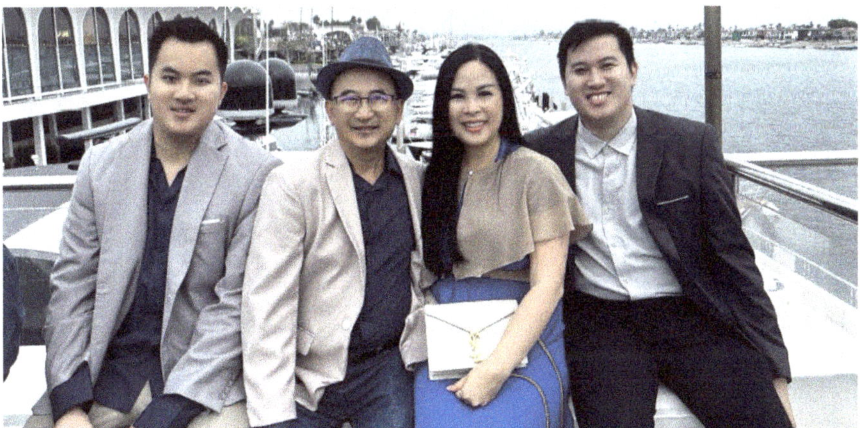

*Hình gia đình của tác giả chụp vào tháng 10/2024 tại Newport Beach, California*
*(từ trái sang phải: con trai cả, tác giả, vợ, con trai út)*

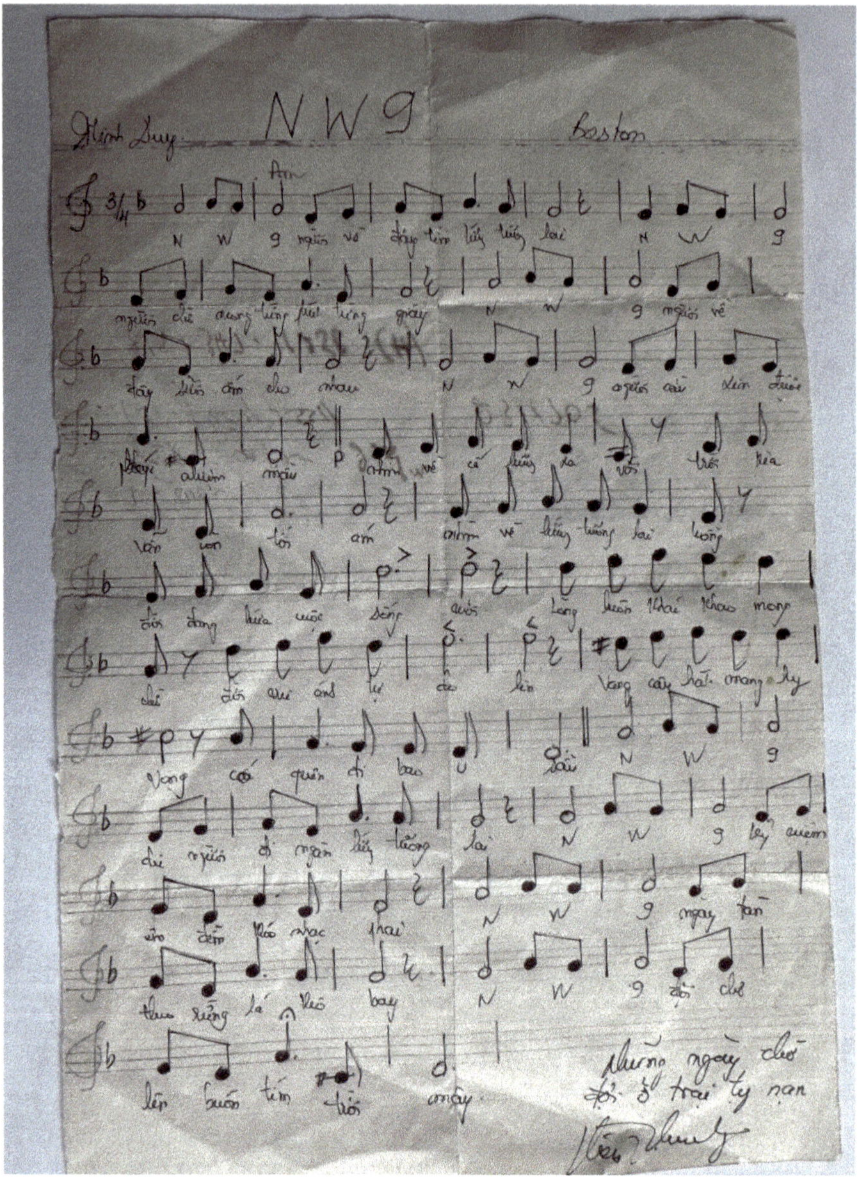


*Bản nhạc NW9 đã được* tác giả *chép lại bằng tay trong lúc ở trại NW9.*

Minh Duy NW9 Boston

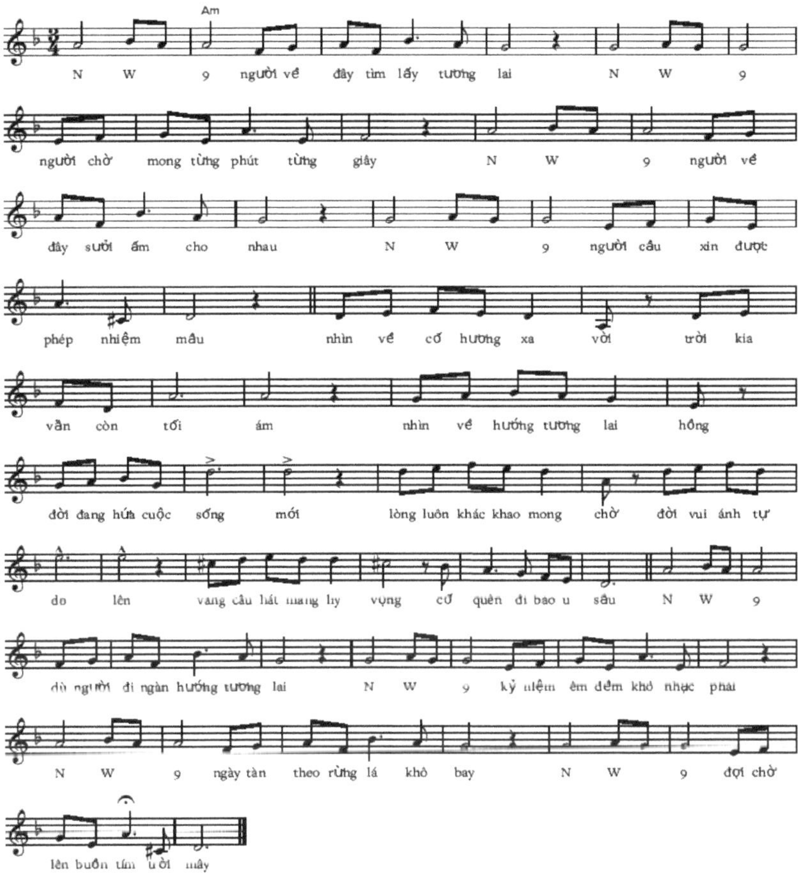


Cám ơn nhạc sĩ Minh Duy đã sáng tác bảng nhạc đầy ý nghĩa. Hy vọng bảng nhạc nầy sẽ được lưu truyền mãi mãi cho các thế hệ sau nầy

www.ingramcontent.com/pod-product-compliance
Lightning Source LLC
LaVergne TN
LVHW020204061026
849530LV00007B/69